கற்றுக்கொடுக்கிறது மரம்

கவிஞர்
ஜெயபாஸ்கரன்

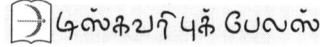
டிஸ்கவரி புக் பேலஸ்

கே.கே.நகர் மேற்கு, சென்னை - 600 078.
(பாண்டிச்சேரி கெஸ்ட் ஹவுஸ் அருகில்)
Ph: 044 - 4855 7525 Mobile: +91 87545 07070

கற்றுக்கொடுக்கிறது மரம்
இலக்கியக் கட்டுரைகள்
ஆசிரியர்: **கவிஞர் ஜெயபாஸ்கரன்**©

Katrukkodukkirathu Maram
Literary Essays
Author: **Poet Jayabaskaran**©

First Edition: Jun - 2019
Pages: 112 - ISBN 978 - 93 - 84302 - 90 - 0

அட்டை வடிவமைப்பு: கலைஇயக்குநர் ராஜீவன்

Published by :

Discovery Book Palace (P) Ltd,
6, Mahaveer Complex, Munusamy Salai,
K.K.Nagar West, Chennai-600 078.
Ph: +91 44 48557525
Mobile: +91 87545 07070

E-mail: **discoverybookpalace@gmail.com,**
Website: **www.discoverybookpalace.com**

Rs. 150

உங்கள் மொபைல் போனிலிருந்து ஸ்கேன் செய்து டிஸ்கவரி புக் பேலஸின் மொபைல் ஆப்பை டவுன்லோடு செய்து, அனைத்துப் பதிப்பக புத்தகங்களையும் வாங்குங்கள்.

இந்த நூலில் பிரசுரமாகியுள்ள எந்த ஒரு பகுதியையும் பதிப்பாளரின் எழுத்துபூர்வமான முன்அனுமதி பெறாமல் எடுத்தாள்வதோ, மறுபிரசுரம் செய்வதோ, மொழியாக்கம் செய்வதோ, அச்சு மற்றும் மின்னணு ஊடகங்களில் மறுபதிப்பு செய்வதோ, காப்புரிமை சட்டப்படி தடை செய்யப்பட்டுள்ளது. இந்த நூலிலிருந்து குறிப்பிட்ட பகுதிகளை மேற்கோள்காட்டி புத்தக விமர்சனம் செய்ய, ஊடகங்களுக்கு மட்டும் அனுமதி உண்டு.

கவிஞர்களைக் கண்டறிவதிலும்
அவர்களது கவிதைகளை
பொது அரங்கில் வெளிச்சப்படுத்தி
அங்கீகாரம் பெறச் செய்வதிலும்
நிகரற்று விளங்கிய
எழுத்தாளர் சுஜாதா அவர்களுக்கு
இந்நூல்!

லிங்குசாமி கவிதைகள்:
வேட்டைகாரனுக்குள் தியானித்திருக்கும் ஜென் துறவி

லிங்குசாமியைப் பார்க்கும்போதெல்லாம், தொலைபேசியில் குரல் கேட்கும் போதெல்லாம் நம் நெஞ்சில் ஆழத்தில் பிரியத்தின் அலை ஒன்று தளும்பும். இந்த உலகில் நெஞ்சில் நேசத்தை தாங்கியிருப்பவர்கள் நிறையப்பேர் இருக்கலாம். அதை நேர்த்தியாக வெளிப்படுத்துவது ஒரு கலை. லிங்குசாமிக்கு அது இயற்கையாகவே அவரது உடலிலும் மனதிலும் படிந்துபோயிருக்கிறது. நான் பெரும்பாலும் சோர்வு தளும்பும் பொழுதுகளைக் கொண்டவன். ஆனால் லிங்குசாமி இணைப்பில் வரும் ஒவ்வொரு சந்தர்ப்பத்திலும் உற்சாகத்தின் சிறிய விளக்கு ஒன்றை ஏற்றிவிட்டுப்போவார்.

நா. முத்துக்குமார் இறந்த சமயத்தில் கல்லூரி ஒன்றில் அஞ்சலி கூட்டமொன்றுக்கு ஏற்பாடு செய்திருந்தார்கள். பேச அழைக்கப்பட்டிருந்தேன். குரல் உடைந்து நான் பேசிய அரிதான கூட்டங்களில் ஒன்று அது. கூட்டம் முடிந்து நான், லிங்குசாமி, கவிஞர் அறிவுமதி, பிருந்தா சாரதி ஆகியோர் தேநீர் அருந்தச் சென்றோம். மிகவும் கனத்துவிட்ட மாலை அது. ஒவ்வொருவரும் அவரவர் வழியில் அந்த மரணத்தை கடந்து செல்ல போராடிக்கொண்டிருந்தோம். ஏதோ ஒரு சந்தர்ப்பத்தில் லிங்குசாமி நெகிழ்ந்த குரலில் "முத்துகுமார் போய்ட்டான்.... நீங்க எங்களுக்கு இருக்கீங்க சார்.. உங்களை பாதுகாக்கணும்" என்றார். அதுதான் லிங்குசாமி. எனக்குள் ஏதோ ஒன்று அக்கணம் நிரம்பிவிட்டது.

அணிந்துரை

அவருக்குப் பிடித்த எனது கவிதை வரிகளை எங்கே படித்தாலும் எந்த ஊரில் இருந்தாலும் என்ன நேரமானாலும் அழைத்துப் பேசுவார். அவருக்கும் எப்போதும் அந்தக் கலையின் நெருப்பு எரிந்துகொண்டே இருக்கிறது. கவிதையின்மீதுகொண்ட இடையறாத பித்து அவரை எந்நேரமும் ஆட்கொண்டிருக்கிறது. பேசிக்களிப்பதற்கு அத்தகைய ஒரு இனிய தோழனைக் காண்பது அரிது. சினிமாவில் அவர் அடைந்த உயரங்கள் அவரை யாரிடமிருந்தும் அன்னியப்படுத்தியதில்லை. அவரது கவித்துமான எளிமையின் மேல் தன் முனைப்பின் சிறு நிழல்கூட விழுந்ததே இல்லை. சினிமாவிற்குள் சூதாடுகிறவனின் மன அழுத்தங்கள் எனக்கு நன்கு தெரியும். அது ஒரு மரண விளையாட்டு. அந்த விளையாட்டின் அபாயகரமான விளிம்புகளின் சாகசங்களில் நின்றுகொண்டிருக்கும் அவரிடம் இடையறாது நிரம்பும் இந்தக் கவித்துவ வெளிச்சம் வேறொரு தளம் சார்ந்தது. வேறொரு உலகம் சார்ந்தது. ஒரு வேட்டைகாரனுக்குள் தியானித்திருக்கும் ஸென் துறவியின் மன நிலை அது.

கவிஞர் ஜெயபாஸ்கரன் இந்த நூலில் லிங்குசாமியின் கவித்துவ உலகின் வெவ்வேறு பரிமாணங்களை வெகு நேர்த்தியாக தொட்டுச் செல்கிறார். லிங்குசாமியின் வரிகள் உருவாக்கும் மன அலைகளை இந்த நூல் நுட்பமாக வரைகிறது.

ஹைகூ என்பது ஒரு இலக்கிய வடிவமல்ல. அது ஒரு வாழ்வியல் தத்துவார்த்த நோக்கு. வாழ்வின் கொண்டாட்டத்திற்கும் பற்றின்மைக்கும் நடுவிலான அபூர்வ நடனம். அது பருவங்களால், காலங்களால், நுண்மையான காட்சிகளால் ஆனது. அந்த காட்சிகளை தன்வயப்படுத்தும் அபூர்வ மனநிலையையே ஒரு ஹைகூவை உருவாக்க முடியும். அப்படி இல்லாததெல்லாம் 'பொய்க்கூ' என்பார் சுஜாதா. தமிழில் ஹைகூவிற்கு கறாராக இலக்கணம், கண்ட சுஜாதாவே பாராட்டிய லிங்குசாமியின் ஹைகூ பற்றியும் ஜெயபாஸ்கரன் இந்த நூலில் பேசுகிறார். ஒரு குளத்தில் பரவும் நீர்வளையங்கள் போல லிங்குசாமியின் பல வரிகளுக்குப்பின்னே அலை அலையாக விரியும் அர்த்தங்களை

ஜெயபாஸ்கரன் திறக்கும்போது லிங்குசாமியின் சொற்கள் அவை கிளம்பிய இடத்திலிருந்து ஒரு மலைக்கோயிலில் இருந்து பரவும் மணியோசைபோல பள்ளத்தாக்குகளெங்கும் நெடுந்தொலைவு செல்கிறது.

பதித்த எல்லா தடங்களும்
அடுத்த அலை வரைதான்

என்ற லிங்குசாமியின் வரிகளையே நெடுநேரம் பார்த்துக்கொண்டிருந்தேன். இது வாழ்வில் நாம் அடையும் வெற்றி தோல்விகளைச் சொல்கிறதா, நாம் அடைந்து இழக்கும் காதலைச் சொல்கிறதா, கடக்கவே முடியாதென்று நாம் நம்பும் ஒரு மகிழ்ச்சியையோ துயரத்தையோ சொல்கிறதா என்று நிர்ணயிக்க முடியவில்லை. "நாளை இந்தக் குளத்தில் நீர் வந்துவிடும்" என்ற கலாப்ரியாவின் புகழ் பெற்ற கவிதைக்கு நிகரானது இந்தக் கவிதை.

முற்றத்து ஊஞ்சலில் ஒருமுறைகூட
அமர்ந்து பார்த்ததில்லை
அப்பாவை

என்ற வரிகள் தந்தைமை குறித்த வேறொரு சித்திரத்தை எழுதுகிறது. ஊஞ்சல் எப்போதும் குழந்தைமையோடும் பெண்மையோடும் தொடர்புகொண்டதாக இருக்கிறது. இந்திய வாழ்வில் தந்தைமை என்பது இறுக்கமானது, பொறுப்பு மிக்கது, அதிகாரத்தோடு தொடர்புடையது. அவ்வளவு ஏன் விலகி நிற்கக் கூடியது என்றுகூட சொல்லலாம். ஊஞ்சல் இந்த இறுக்கத்திற்கும் விலகி நிற்றலுக்கும் எதிரானது. மூன்றே வரிகளில் நம் குடும்ப அமைப்பின் ஒரு மையமான இழை சொல்லப்பட்டு விடுகிறது.

தற்கொலை செய்துகொள்ள மனமில்லை
கிணற்றில்
நிலவைப் பார்த்தபிறகு

இது ஒரு அசலான ஜென் கவிதை எனலாம். வாழ்வதற்கான காரணம் அவ்வளவுதான் நண்பர்களே, கிணற்றில் தளும்பும் நிலவைக்கண்ட பிறகு நம்மை சாவுக்கு துரத்தும் எல்லா காரணங்களும் பின்னோக்கிச் சென்றுவிடுகின்றன. இந்த வரிகளை என் மனம் சற்றே மாற்றி எழுதியது

சாகத்தான் போனேன்
கிணற்றில் முழு நிலவைக்கண்டு
திரும்பிவிட்டேன்

மற்றொரு கவிதை இப்படிப் பேசுகிறது

குழந்தைகள் விளையாடும் மரத்தடியில்
பழத்தை நழுவ விடுகிறது
அணில்

இந்தப் பிரியத்தைச் சொல்வதற்கு வேறு வார்த்தைகள் இல்லை. பால்யத்தில் அணில்கடித்த பழங்களை எத்தனை முறை எடுத்து மண் ஊதி உண்டிருப்போம். அவை அணில் குழந்தைகளுக்கு ஊட்டிய அமுது என ஏன் நமக்கு இத்தனை காலம் தோன்றாமல் போயிற்று? லிங்குசமி ஒரு புதிய தரிசனத்தை தருகிறார்

என் மிச்ச ரேகைகள்
எங்கள் ஊர்
ஆலம் விழுதுகளில்

எனச் சொல்லும் லிங்குசாமி வரிகளில் நம் பூர்வீக நிலங்களில் நாம் நம்மை எவ்வாறு விட்டுவந்திருக்கிறோம் என்பது குறித்த ஒரு ஆழமான சித்திரத்தை தருகிறது. நினைவுகள்தானே நம் சாரம். நம் ரத்த நாளம். நாம் விட்டுவந்த இடங்கள் நம்மை தேக்கிவைத்திருக்கின்றன என்ற ஒரு கற்பிதம்தானே நமக்கு இன்னும் வேர்கள் இருக்கின்றன, திரும்பிபோக இன்னும் ஒரு இடம் நமக்கு இருக்கிறது என்ற நிம்மதியைத் தருகிறது.

லிங்குசாமியின் கவிதைகள் மேல் அர்த்தமுள்ள வெளிச்சத்தை பாய்ச்சியிருக்கும் கவிஞர் ஜெயபாஸ்கரனுக்கு என் அன்பு

லிங்குசாமி.. நீங்கள் என்னோடு இருக்கிறீர்கள் என்பது எனக்கு ஒரு பலம். சொற்களின் உபாசகனே.. உன் சௌந்தர்யங்களோடும் வாக்குகளோடும் நீடித்திரு..

சென்னை
12.6.2019

பிரியங்களுடன்
மனுஷ்யபுத்திரன்

பதிப்புரை

ஒரு சிறு கல் நீர் வளையங்களைப் பிரசவிக்கிறது. அது, வளர்ந்து, நகர்ந்து, வாழ்ந்து ஒரு வாழ்க்கையைப்போல அதற்கான கரையில் மோதி முடிகிறது. வாசிக்கும் ஒவ்வொரு கவிதையும் ஏதேனும் ஒன்றாக விரிந்து, வாழ்ந்து ஓர் அர்த்தத்தை உருவாக்க வேண்டும் என்றுதான் வாசகன் விரும்புவான். இயக்குநர் லிங்குசாமியின் கவிதைகள் பலவும் இதுபோலத்தான். வாசித்து முடித்த நொடிப்பொழுதில், சட்டென வாழ்வின் சூட்சுமத்தை உணர்த்தும் ஆற்றல் கொண்டவை.

கூழாங்கல்லில் தெரிகிறது

நீரின் கூர்மை

என்ற கவிதையை இதற்கான உதாரணமாகக் கொள்ளலாம்.

இன்னும் கூவித்தான்

விற்க வேண்டியிருக்கிறது

பூக்களை

என்பது இயக்குநர் லிங்குசாமியின் மற்றொரு ஹைக்கூ. பூக்களையாவது கூவிக்கூவி விற்றுவிட முடிகிறது. ஆனால் கூவிப்பார்த்தாலும் விற்கமுடியாத ஒன்று இன்றைய தமிழ்ச் சூழலில் புத்தகங்களே.., அதிலும் குறிப்பாக கவிதைப்புத்தகங்களே என்று சொன்னால், எல்லோரும் கண்ணை மூடிக்கொண்டு தலையாட்டிவிடுவார்கள்.

இது உருவாக்கப்பட்டுவிட்ட ஒரு பொதுக் கருத்து, முழு உண்மையல்ல. ஒரு பூ மலர்வதைப்போல மலர்ந்த கவிதைகள், அதன் இலக்கியத் தரத்தைப்பொறுத்து தனக்கான வாசகனைக் கவர்ந்து, அவன் கையில் சேர்ந்துவிடுகிறது. லிங்கூ... ஹைக்கூக்களின் இரண்டு தொகுதிகளும், நான்கைந்து பதிப்புகளைக் கடந்து, அப்படிச் சென்று சேர்ந்தவைதான். வாங்கியவர்களைவிட படித்தவர்கள் பல மடங்கு. ஏனென்றால், ஹைக்கூ கவிதை நூல்களுக்கு ஏற்படும் நல்லதும் கெட்டதும், பெரும்பாலான வாசகர்கள் புத்தகத்தை எடுத்து விரித்த ஐந்தாவது நிமிடத்தில் ஐம்பது பக்கங்களைப் படித்துவிட்டு மீண்டும் எடுத்த இடத்திலேயே வைத்து விடுவதுதான். ஆனால் அப்படிப் படித்த வாசகன் அதிர்ஷ்டமில்லாதவன் என்பதை, ஒவ்வொரு கவிதையைப் பற்றியும் விரிவாகப் பேசும் இந்தக் கட்டுரைகளைப் படிக்கும்போது நமக்குப் புரியும். நான்கைந்து சொற்களுக்குள் செறிவாக இறுகி இருக்கின்ற இயக்குநர் லிங்குசாமியின் கவிதைகளை, தன் வாழ்த்தைகளைக்கொண்டு பழுக்கக் காய்ச்சுகிறார் கவிஞர் ஜெயபாஸ்கரன். அவை பக்கம் பக்கமாக விரிந்து நம்மை ஆச்சரியப் படுத்துகின்றன. தமிழ் நவீன இலக்கிய உலகில் இதுபோன்ற புதிய முயற்சிகள் இன்னும் தொடரவேண்டும். இந்நூலை வெளியிடுவதில் டிஸ்கவரி புக் பேலஸ் நிறுவனம் பெருமைகொள்கிறது.

12.06.2019
vediapan@gmail.com
மு.வேடியப்பன்

என்னுரை

கற்றுக் கொடுக்கின்ற கவிதைகள்...

லிங்குசாமியின் கவிதைகள் மீது மரியாதை மட்டுமல்ல, அதைத் தாண்டியதொரு வியப்பும் மயக்கமும் எனக்கு உண்டு. நிறைய எழுதிப் பெயரைக் கெடுத்துக் கொள்வோருக்கிடையில் குறைவாக எழுதிப் பெயரெடுத்துக் கொண்டிருக்கிறார் கவிஞர் லிங்குசாமி.

புரட்டிப் புரட்டி எண்ணிப் பார்த்தேன். இதுவரை இரண்டு தொகுப்புகளின் வாயிலாக அவர் சமூகத்திற்கு அளித்திருக்கின்ற மொத்தக் கவிதைகளின் எண்ணிக்கை வெறும் 94. இரண்டாம் தொகுப்பிற்குப் பிறகு மேலும் 10 கவிதைகளை அவர் எழுதியிருக்கிறார். அதிகபட்சமாக இதுநாள்வரை அவர் எழுதியிருக்கின்ற மொத்தக் கவிதைகளின் எண்ணிக்கை 105 தான்.

கவிதை என்றவுடன் அவை நெடுவடிவமெடுத்து நீண்டும், பக்கங்களில் அடங்காமல் பரந்து விரிந்தும், தோற்றம் காட்டுகிற கவிதைகள் என்று யாரும் நினைத்துவிடக்கூடாது. அவரது கவிதைகள் அனைத்தும் ஐந்து சொற்களைக் கூடத் தாண்டாத, தாண்டவும் விரும்பாத சொற் சிக்கனக் கவிதைகள். அவற்றை வரிவரியாக நீட்டி எழுதினால் நிச்சயமாக இதுவரை அவர் 150 வரிகளைத்தான் எழுதியிருக்கிறார் என்பது தெரியும். மேன்மையான இலக்கியவாதிகளின் பார்வையில் இது கொஞ்சம் கொடூரமான முறையிலான கணக்குதான் என்றாலும் இப்படியும் போட்டுப்பார்க்க வேண்டியிருக்கிறது.

ஏன் இப்படிக் குறிப்பிடுகிறோம் என்றால், அண்மைக் காலத் தமிழ் இலக்கிய உலகில் வெறும் 150 வரிகளில், மிக அதிக அளவில் இலக்கியச் சுவைஞர்களிடம் சென்று சேர்ந்த ஒரு கவிஞர் உண்டென்றால் அவர் லிங்குசாமிதான். கவிதைகள் உண்டென்றால் அவை லிங்குசாமியின் கவிதைகள்தான்.

இஸ்திரி போடும்
தொழிலாளியின் வயிற்றில்
சுருக்கங்கள்

என்று லிங்குசாமி எழுதிய முதல் கவிதையிலேயே அவரை அறிந்துணர்ந்து அக்கவிதையை உலகிற்கு எடுத்துரைத்தவர் எழுத்தாளர் சுஜாதா. லிங்குசாமியின் தற்போதைய கவிதைகளைப் படிப்பதற்காகவாவது அவர் இறக்காமல் இருந்திருக்கலாம் என்று இப்போது நினைக்கத் தோன்றுகிறது. மேற்குறிப்பிட்ட அந்தக் கவிதையை அழைப்பிதழில் அச்சிட்டு, லிங்குசாமியை அழைத்து தன்னுடைய புதிய உலர்சலவை நிலையத்தைத் திறக்க வைத்தார், ஒரு சலவைத் தொழிலாளி. கடந்த 1.05.2019 ஆம் நாள் காலை சென்னை அரசன் கழனி பகுதியில், கிராம மக்கள் கூடி நெகிழ்ந்து மகிழ்ந்த அந்த விழா மிகவும் எளிமையாகவும் அழகாகவும் நடந்தது. இந்த எளிமையான விழாவுக்கு நேர்மாறாக பல்லாயிரக்கணக்கில் மக்கள் ஊர்வலமாக வந்து திரண்ட பாரதி சிலை திறப்பு விழா நிகழ்ச்சியொன்று கடந்த 27.01.2019 ஆம் நாள் ராஜபாளையம் அருகேயுள்ள சேத்தூரில் நடந்தது. சிலையைத் திறந்து வைத்தவர் லிங்குசாமி. தனது மருத்துவமனையின் வளாகத்தில் அச்சிலையை நிறுவி திறப்புவிழாவை நடத்தியவர் மருத்துவர் அர்ஜீன்

இன்று நான் காக்கைக்கு விசிறிய அரிசி
பாரதி விதைத்தது

என்றெழுதிய லிங்குசாமி பாரதியின் சிலையைத் திறந்து வைக்கத் தகுதியானவர்தான் என்பதுபோல் அவ்விழா பேரழகாக அமைந்தது. இதுபோன்று லிங்குசாமி பங்கேற்கின்ற விழாக்கள் மற்றும் திறப்பு விழாக்களுக்கும், அவரது

கவிதைகளுக்கும் ஏதோ ஓர் உறுதியான பிணைப்பு இருப்பதை தற்செயலாக நான் வரிசைப்படுத்திப் பார்த்தபோது எனக்கு வியப்பாக இருந்தது. ஒளிவுமறைவு அற்ற, வெளித்தெரியாத உட்குணங்கள் ஏதுமற்ற, உண்மையான படைப்பாளிகளுக்கு இப்படியெல்லாம் அமையும். லிங்குசாமி உண்மையான படைப்பாளி.

கவிதைகளைப் படைக்கும் திறத்திலும், தரத்திலும் மிகவும் இயல்பாக மேலேறி வருகின்றவர் கவிஞர் லிங்குசாமி என்பதை, அவரது அண்மைக் காலக் கவிதைகள் ஒவ்வொன்றும் உறுதி செய்கின்றன.

ஆனந்தவிகடன் வெளியிட்ட லிங்குசாமியின் முதல் தொகுப்பான “லிங்கூ”வில், அனைத்துமே மிக மிகச் சிறந்த கவிதைகள் என்று சொல்லிவிட முடியாது. ஆனால் அவ்வளவும் ரசிக்கத் தக்க, சுவையான, நிராகரிக்க முடியாத கவிதைகள். அத்தொகுப்பில் மொத்தம் உள்ள 46 கவிதைகளில் சரிபாதி அளவான 23 கவிதைகள் காதலுணர்வு சார்ந்த “அவளியக் கவிதைகள்” ஆகும். எஞ்சியிருக்கின்ற 23 கவிதைகளே சமூகத்தின் பன்முகக் கூறுகளைப் பேரழகாகப் பிரதிபலிக்கின்ற கவிதைகளாக அரங்கேறியுள்ளன.

இரண்டாம் தொகுப்பின் நிலை வேறு. அதில் மொத்தமுள்ள 48 கவிதைகளில் 42 கவிதைகள் மனித வாழ்வியலை, இயற்கையை, ஞானத்தை, நிலையாமையை வெவ்வேறு கோணங்களில் மிக நுட்பமாக உணர்த்துகின்ற உன்னதத் தன்மைகளைக் கொண்டவை. அவளியக் கவிதைகள் என்று இத்தொகுப்பில் ஆறு கவிதைகளே உள்ளன. அந்த ஆறு கவிதைகளும் கூட அதியற்புதமானவைதான்.

நீ ஐந்து முக விளக்கை
ஏந்தி வருகையில்
ஏழு சுடர்

எனும் கவிதையை, கொடுங்குணங்களையே கொள்கைகளாகக் கொண்டு வாழுகின்ற கொடுங்கோலர்களையும்

அழகியலுணர்ச்சிகளில் ஆழ்த்துகின்ற ஆற்றல் மிக்க 'ஏழு சொல் இலக்கியம்' என்று நான் மதிப்பிடுகிறேன். நான் அவளியக் கவிதைகளுக்கு எதிரானவன் அல்ல. அதே வேலையாக இருப்பவர்களுக்கு எதிரானவன். லிங்குசாமி அவளியக் கவிதைகளில் இருந்து அடுத்தடுத்த கவிதைகளுக்கு வந்துவிட்டார். ஆனாலும் எப்போதேனும் அவர் எழுதுகிற இப்போதைய அவளியக் கவிதைகளில் பரவசத்திற்குரிய அழகியல் கூடுதலாகச் சுடர்விடுவதை நான் காண்கிறேன்.

கல்லூரிகளிலும், பிற அரங்குகளிலும் உரையாற்றுகின்ற வாய்ப்பு எனக்குக் கிடைக்கும் போதெல்லாம் சொற்பொழிவின் போக்கிற்கு ஏற்ப பல்வேறு கவிஞர்களின் கவிதைகளை மேற்கோள் காட்டிப் பேசுகின்ற வழக்கம் எனக்கு உண்டு. நல்ல கவிதைகளை மேடைகளில் நின்று எடுத்துரைக்கும் வேளைகளில், சொல்லப்படுகின்ற கவிதைகளின் தரத்தைத் தங்களது எதிர்வினைகளின் வாயிலாக பார்வையாளர்கள் அழகாக உறுதிசெய்வார்கள். அவ்வகையில் லிங்குசாமியின் கவிதைகளை சொல்லும்போதெல்லாம் அவற்றுக்குக் கிடைக்கின்ற வரவேற்பினைப் பல்வேறு அரங்குகளில் கண்கூடாக நான் கண்டிருக்கிறேன்.

மேடைகளில் சொல்லிச் சொல்லித்தான் அவரது கவிதைகள் அனைத்தும் எனக்கு மனப்பாடங்களாயின. ஹைக்கூ என்று அறியப்பட்டிருக்கின்ற கவிதை வகைக்கு குறுங்கவிதைகள், நறுக்குகள் என்றெல்லாம் தமிழில் பெயர்கள் உண்டு. லிங்குசாமியின் கவிதைகளை, 'லிங்கூ' எனப் பெயரிட்டு அடையாளப்படுத்திப் பரவலாக்கியது ஆனந்த விகடன். அதே பெயரில் அவ்வகையான கவிதைகளைத் தொடர்ந்து எழுதிக் கொண்டிருக்கிறார் லிங்குசாமி.

அவரது கவிதைகளைப் படித்து முடித்தபின்பு அவ்வளவு எளிதில் அவற்றைக் கடந்தும் மறந்தும் போய்விடமுடியாது. அடுத்தப் பக்கத்தைப் புரட்டிவிட்டாலும் மூடப்பட்டுவிட்ட கவிதை, நமது மனதைப் புரட்டுகின்ற வேலைகளைச் செய்துகொண்டிருக்கும்.

மான் அருந்தும் நீரில்
புலியின் பிம்பம்

என்ற கவிதை, புத்தகத்தையே மூடி வைத்துவிட்ட பிறகும் என்னை வெகுநேரம் புரட்டிக்கொண்டிருந்தது.

படிப்பவர்களின் சிந்தனைகளைக் கிளைவிரித்து மலரச் செய்கின்ற இலக்கிய வல்லமை லிங்குசாமியின் கவிதைகளுக்கு உண்டு. நான்கு அல்லது ஐந்து சொற்களிலேயே இவ்வளவு செய்திகளைச் சொல்லிவிடமுடியுமா என்று அவரது கவிதைகள் குறித்து நான் பலமுறை யோசித்திருக்கிறேன். அக்கவிதைகளுக்குரிய எராளமான சார்புச் செய்திகளையும், சம்பவங்களையும் நினைத்துப் பார்த்திருக்கிறேன்.

லிங்குசாமியின் கவிதைகள் எனக்குள் ஏற்படுத்திய தாக்கமும், மலர்ச்சியும், சிந்தனைக் கிளர்ச்சியுமே நூல்வடிவம் பெற்று இதோ உங்கள் கரங்களில் தவழ்கிறது. அவரது கவிதைகளில் வெகுவாக என்னைக் கவர்ந்த 15 கவிதைகளை இந்நூலுக்குரிய கருப்பொருள்களாக்கி ஒவ்வொரு கவிதைக்குமான என் உணர்வுகளை எழுதியிருக்கிறேன். இது பொருளுரையோ, புகழுரையோ அல்ல, அக்கவிதைகள் சார்பான என் உணர்வுரைகள். அவ்வளவே!

அன்புடன்
ஜெயபாஸ்கரன்

சென்னை - 41
01.05.2019

1. ஒரு மரத்தைச் சாய்த்துதான்
   இந்த வீணை செய்யப்பட்டிருக்கிறது
   ஒருமுறை நீ மீட்டி வை
   ஒரு வனம் உருவாகட்டும்   19

2. மான் அருந்தும் நீரில்
   புலியின் பிம்பம்   26

3. செருப்பில் ஏறிப் பார்த்து
   காலுக்குப் பொருந்தாமல் இறங்கிச் செல்கிறது
   எறும்பு   31

4. அடுத்த மழை
   பார்ப்பதற்கில்லை
   ஈசல்   37

5. முதலில் தண்ணீர் இல்லை என்றார்கள்
   இப்போது
   ஆறே இல்லை என்கிறார்கள்   44

6. மரத்தடியில்
   வகுப்பெடுக்கிறார் ஆசிரியர்
   கற்றுக்கொடுக்கிறது
   மரம்   48

7. சூழாங்கல்லில் தெரிகிறது
   நீரின் கூர்மை   52

உள்ளடக்கம்

8. முற்றத்து ஊஞ்சலில் ஒரு முறை கூட
அமர்ந்து பார்த்ததில்லை
அப்பாவை 58

9. மொட்டைப் பனை மரத்தில்
தோகை விரித்தபடி மயில் 65

10. பதித்த எல்லாத் தடங்களும்
அடுத்த அலைவரைதான் 70

11. ஆற்று வெள்ளம்
அள்ளிக்கொண்டுபோகிறது
மணல் லாரிகளை 78

12. குழந்தைகள் விளையாடும் மரத்தடியில்
பழத்தை நழுவவிடுகிறது
அணில் 83

13. என் மிச்ச ரேகைகள்
எங்கள் ஊர்
ஆலம் விழுதுகளில் 91

14. தற்கொலை செய்து கொள்ள மனமில்லை
கிணற்றில்
நிலவைப் பார்த்தபிறகு 99

15. இன்று நான் காக்கைக்கு விசிறிய அரிசி
பாரதி விதைத்தது 105

1

ஒரு மரத்தைச் சாய்த்துதான்
இந்த வீணை செய்யப்பட்டிருக்கிறது
ஒருமுறை நீ மீட்டி வை
ஒரு வனம் உருவாகட்டும்

இந்தக் கவிதை ஒரு காதல் கவிதையோ, பெண்ணியக் கவிதையோ அல்லது பெண் மனதின் ஆழத்தைக் கண்டறிய முடியாமற் போனதனால் தோன்றிய 'அற்ப ஞான' தத்துவக் கவிதையோ அல்ல.

இவற்றுக்கெல்லாம் மாறாகவும், மேலாகவும் பெண் மரபின் பேரியல்பை முழுமையாக உணர்ந்து அவளிடம் மன்னிப்பைக் கேட்கின்ற தொனியில் மலர்ந்திருக்கின்ற ஒரு வேண்டுகோள் கவிதை. பாழ்பட்டுக் கொண்டிருக்கின்ற இந்த பூமி புனரமைக்கப்பட வேண்டும் என்று பெண் இனத்தின் வலிமையை, அறிவுநுட்பத்தை, தாய்மை அன்பை இக்கவிதை கோருகின்றது.

இங்க் பேனாவை மூடி வைக்க வேண்டும் என்கிற பொறுப்புணர்ச்சியில் அதன் மூடியை இறுக இறுகத் திருகியே திறந்து விடுகின்ற தன் பள்ளித் தோழர்களைப் பற்றிய நினைவுகளை ஒருமுறை பகிர்ந்து கொண்டார் அங்கதவாதியும் எழுத்தாளருமான சுஜாதா.

நமது நாட்டின் பெண் இனத்தின் மீதும் இந்தச் செயல்பாட்டினைப் பொருத்திப் பார்க்கலாம். காதல், தியாகம், பொறுமை, மென்மை, அழகு போன்ற பல்வேறு வகையான புனைவுகளால் இறுக இறுக மூடப்படுவதன் காரணமாக அவர்கள் உடைக்கப்பட்டு விடுகிறார்கள். அதன் விளைவாக உறுதியாகப் பயணிப்பதற்கும், பணி

உயர்வுகளை எட்டுவதற்கும், புதிது புதிதாய்ப் படைத்துச் சாதிப்பதற்கும் முடியாதவர்களாகி முடங்கிக் கிடக்க வேண்டிய நிலைக்கு அவர்கள் தள்ளப்படுகிறார்கள்.

ஆண் தெய்வங்கள் வைத்திருக்கும்
அத்தனை ஆயுதங்களையும்
ஒரு சேர வைத்திருக்கிறாள் காளி

என்று மற்றொரு கவிதையிலும் பெண் இனத்தின் பன்முக ஆற்றலை வெளிப்படுத்தியிருக்கிறார் லிங்குசாமி.

ஒழித்துக் கட்டுவதல்ல, உருவாக்கிக் காட்டுவதே பெண் இனத்தின் பிறப்பியல்பாக இருப்பதை அவர்களைக் கொஞ்சம் கூர்ந்து கவனிக்க முனைகின்ற ஒவ்வொருவரும் உறுதி செய்துகொள்ள முடியும். நமது கிராமப் புறங்களின் வேளாண் தொழிலுக்குத் தேவையான விதைமணிகள் அனைத்தும் பெண்களின் பாதுகாப்பிலும், பொறுப்பிலும்தான் அடுத்த விளைச்சலுக்குத் தங்களை அணியப்படுத்திக் கொண்டு காத்திருக்கின்றன.

எப்படிப்பட்ட உணவுப் பஞ்சத்திலும் விதை நெல்மணிகளை அரிசியாக்கிச் சமைக்க வேளாண் தொழில் செய்து வாழுகின்ற எந்தப் பெண்மணியும் முன் வருவதில்லை. அப்படிச் செய்வது அவர்களைப் பொருத்தவரை பெருங்குற்றம். அது அவர்களது வாழ்வில் நேருகின்ற அவமானம், மன்னிக்க முடியாத பாவம்.

ஒருமுறை எங்கள் கிராமத்தில் விதை நெல்லை விற்க முனைந்த தன் கணவனிடமிருந்து, அதைப் பாதுகாக்க அவனது மனைவி போட்ட அதிகாலை நேரத்துப் பெருங்கூச்சலில், அடுக்குப் பானைகளில் ஆழ்ந்து உறங்கிக் கொண்டிருந்த விதை நெல்மணிகளோடு சேர்ந்து அவற்றின் பக்கத்து வீட்டுச் சிறுவர்களாகிய நாங்களும் விழித்துக் கொண்டோம்.

விதைப்பதில், விதைக்கப்பட்டவை முளைக்கப் பார்த்துப் பரவசப்படுவதில், முளைத்தவற்றைப் பாதுகாத்துப் பராமரித்து வளர்த்து விளையச் செய்வதில் கூடுதலான மதிநுட்பம் பெண்களுக்கு உண்டு.

எங்களது கிராமத்தில் ஆண்கள் ஏர் உழுதுகொண்டே போவார்கள். ஏர்க் கலப்பை ஏற்படுத்துகிற நேர்க் கோட்டுப் பள்ளத்தில் வேர்க்கடலைப் பயறு விதைகளை வேண்டிய இடைவெளியில் மண்ணில் இட்டுக்கொண்டே பின் செல்வது பெண்களின் கரங்கள்தான்

ஆண்கள் செய்து முடித்த உழவு வேலைகளுக்குப் பிறகு நாற்றுகளைப் பிரித்து வரிசை வரிசையாகப் பயிர் நடவு செய்வது, பெண்களின் கரங்கள்தான். வளர்ந்த பயிர்களுக்கு நடுவே தலை தூக்குகின்ற களைகளைப் பறித்தெடுப்பது பெண்களின் கரங்கள்தான்.

நீரும் நீர் சார்ந்த சேறுமாக இருக்கின்ற நஞ்சைப் பயிர்களில் களை பறிக்கின்ற பெண்களின் கரங்கள், நீரற்றுக் கரடு முரடாகிக் காய்ந்திருக்கின்ற புஞ்சைக் கொல்லைகளில் களைக் கொத்திகளைக் கொண்டும் களை வெட்டுகின்றன. தாங்கள் விதைத்து வளர்க்கும் பயிர்களைக் காப்பாற்றி விளையச் செய்து களம் சேர்ப்பதும், தங்களைச் சார்ந்த உறவுகளை உருப்பெறச் செய்து உயர்த்திக் கரை சேர்ப்பதும் பெருந்தாய்மையின் வடிவங்களாக இருக்கின்ற பெண்களின் பேரியல்புகளாகும்.

சுய உதவிக் குழுக்கள் என்பவை ஆண்களுக்காகத் தொடங்கப்பட்ட ஒரு வணிகக் கருத்துரு. ஆனால் அது தோல்வியடைந்து விட்டது. ஒரு மரத்தைச் சாய்த்துச் செய்யப்பட்ட இந்த வீணையை ஒரு முறை நீ எடுத்து மீட்டினால் ஒரு வனம் உருவாகிவிடும் என்கிற லிங்குசாமியின் கோரிக்கையைப் போல, சுய உதவிக்குழு என்கிற, ஆண்களால் தோற்கடிக்கப்பட்ட, அந்த வணிகக் கருத்துருவை, அரசு முழுமையாக பெண்களின்

கைகளுக்கு மாற்றியதும் நிலைமை தலைகீழாக மாறியது. இப்போது மகளிர் சுய உதவிக் குழுக்கள் பல ஆயிரம் கோடிகள் புழங்கி பல லட்சக்கணக்கான குடும்பங்களை நிமிர்த்தியிருக்கின்றன, நிமிர்த்திக் கொண்டும் இருக்கின்றன. கடந்த 10 ஆண்டுகளில் மகளிர் சுய உதவிக் குழுக்களின் பொருளாதார மேம்பாட்டு நடவடிக்கைகளால் உயர்கல்வி பெற்ற ஏழை எளிய நடுத்தர குடும்பத்தினரின் பிள்ளைகள் இன்று நம்மிடையே பல்லாயிரக்கணக்கில் உள்ளனர். அவர்களின் சமூக வாழ்க்கை மேன்மைக்குரியதாக மாறியிருக்கிறது. இது மகா சக்திகளாக விளங்குகின்ற நமது பெண்களின் சிறியதொரு சாதனைப் பகுதியாகும்.

பெண்கள் எடுத்து மீட்டினால் எல்லாம் சரியாகும், செறிவாகும், சிறப்பாகும், அறமாகும், ஆக்கமாகும். இதற்குச் சான்றாகப் பல ஆயிரம் உருவாக்கங்களைப் பட்டியலிட முடியும். இதில் என்ன ஒரு துயரம் என்றால், அவர்களின் கைகளுக்கு வீணைகள் தரப்படுவதில்லை என்பது தான். என்றாலும் அவர்கள் சோம்பிக் கிடப்பதில் சுகம் காண்பதில்லை. சிறு வாய்ப்பு கிடைத்தாலும் வீடுகளிலும் வீதிகளிலும் சாதனை விளக்குகளை ஏற்றிச் சமூகத்தில் வெளிச்சத்தைப் படரவிடுகிறார்கள். எங்களை அனுமதித்தால் நாங்கள் ஆயிரம் விளக்குகளை ஏற்றி வெளிச்சம் அளிப்போம் என்கிற உண்மையைத்தான், அவர்கள் விழாக் காலங்களில் வரிசை வரிசையாக விளக்குகளை ஒளிரவைத்து நமக்கு உணர்த்துகிறார்கள். நாம் அவற்றை வெறும் விளக்குகளாக மட்டுமே பார்க்கிறோம்.

> **நீ ஐந்து முக விளக்கை**
> **ஏந்தி வருகையில்**
> **ஏழு சுடர்**

என்று தனது இன்னொரு கவிதையில் சொல்கிறார் லிங்குசாமி. தான் சார்ந்த குடும்பத்திற்கும், தான் வாழுகின்ற சமூகத்திற்கும், விளக்கேற்றி வெளிச்சம் தருவது பெண்களின் பிறப்பியல்பு.

ஆப்பிரிக்க நாடான கென்யாவில் வங்காரி மாத்தாய் என்கிற ஒரு சூழல் நலப் போராளிப் பெண்மணி வாழ்ந்தார். 1971ஆம் ஆண்டு கென்யாவில் முதல் டாக்டர் பட்டம் பெற்றவர் அவர். கென்யாவின் தலைநகர் நைரோபி பல்கலைக்கழகத்தில் முதல் பெண் பேராசிரியரும் அவர்தான். அது மட்டுமல்ல 2004 ஆம் ஆண்டு அமைதிக்கான நோபல் பரிசைப் பெற்ற முதல் ஆப்பிரிக்கப் பெண்மணியும் அவர்தான். அப்படி என்னதான் செய்தார் வங்காரி மாத்தாய்? 1977ஆம் ஆண்டு தன் பேராசிரியர் பணியைத் துறந்துவிட்டு அதே ஆண்டு சூற்றுச்சுழல் தினமான ஜூன்5ஆம் நாள் தன் வீட்டுத் தோட்டத்தில் ஒன்பது மரங்களை நட்டு பசுமைப் பட்டை இயக்கம் *Green Belt movement* என்கிற இயக்கத்தைத் தொடங்கி பின்னர் ஏழைப் பெண்களைத் திரட்டி கென்யா முழுதும் 3 கோடி மரங்களை நட்டு வளர்த்து பாலைவனமாக மாற இருந்த கென்யாவை பசுமை நிறைந்த கென்யாவாக மாற்றினார். “உலக அளவில் சிந்தித்து உள்ளூரில் அவர் செயல்பட்டிருக்கிறார்” என்று அவருக்கு நோபல் பரிசை அளித்த பரிசுக் குழுவினர் அவரைப் பாராட்டினார்கள். வங்காரி மாத்தாய் மீட்டிய வீணையில் கென்யா முழுதும் பசுமை பூத்தது.

இவரைக் கூட விடுங்கள். நிகழ்காலத்தில் நம்மோடு, நமக்கு அருகில் மரங்களின் தாய் ஒருவர் வாழ்ந்துகொண்டிருக்கிறார். 1948 ஆம் ஆண்டு, முதல் முதலாக ஒரு ஆலங்கன்றைத் தனது கரங்களால் மண்ணில் ஊன்றிய அவர், அதற்குப்பிறகு இதுநாள் வரையிலும் எட்டாயிரம் மரங்களைத் தனி மனுஷியாக இருந்து நட்டு வளர்த்திருக்கிறார். அவ்வளவு மரங்களுக்கும் இடுப்பில் தண்ணீர் சுமந்து கொண்டு போய் ஊற்றி வளர்த்த தாய்மை அவருடையது. அவர் வளர்த்த அத்தனை மரங்களும் பெரிய பெரிய நிழல் மரங்கள். அவற்றில் நானூறு மரங்கள் வானுக்கும் பூமிக்குமாக இன்று வளர்ந்து நிற்கின்ற ஆலமரங்கள்.

அவரது பெயர் திம்மக்கா. அவருக்கு இப்போது வயது 105. கர்நாடக மாநிலத்தில் பிறந்து அம்மாநிலத்தில் அப்படியொரு பசுமைப் புரட்சியைச் செய்த அவருக்கு அண்மையில் பத்மபூஷன் விருது வழங்கப்பட்டது. விருது பெறுவதற்காக குடியரசுத் தலைவரை நோக்கி அவர் மெல்ல நடக்கத் தொடங்கிய போது எழுந்த கரவொலி, விருது பெறும்போது பல மடங்கு அதிகமாகி திரும்பிவந்து அவர் அமரும் வரையில் நீடித்தது. இடையறாமல் கரவொலி எழுப்பி பெருமிதமும், புன்னகையும், மகிழ்ச்சியும் கலந்த முகத்துடன் அவரையே வியந்து பார்த்துக் கொண்டிருந்தார் பிரதமர் நரேந்திர மோடி. விருது பெற்ற அந்தத் தாய் தனக்கு விருதளித்த குடியரசுத்தலைவரின் தலையிலும் கை வைத்து வாழ்த்தினார். எல்லோரையும் சிலிர்க்கவைத்த தாய்மையின் வாழ்த்து அது.

திம்மக்காவின் சொந்த வாழ்க்கை துயரம் மிக்கது. இல்லற வாழ்க்கையில் அவருக்கு பிள்ளைப்பேறு இல்லை. மலடி என்ற அன்றாடச் சுடு சொல்லையும், பிள்ளைப் பேறு அற்றவள் என்று அவமானப்படுத்தப்படுகின்ற வேதனையையும் தாங்க முடியாமல் தற்கொலை செய்து கொள்ளக் கிணற்றில் குதித்த அவரைக் காப்பாற்றிவிட்டார்கள். அவரது கணவர்தான் அவரைத் தேற்றி ஆறுதல் சொல்லி அரவணைத்து வாழவைத்தார். அப்போதுதான் அவருக்குள் ஒரு மின்னல் தோன்றியது. “பிள்ளைகளைப் பெற்றுவளர்க்க முடியாமல் போனால் என்ன? அவர்களை நட்டு வளர்ப்போம்” என்கிற முடிவுக்கு வந்த அவர் 1948ஆம் ஆண்டில் தனது கைகளால் முதல் ஆலங்கன்றை மண்ணில் நட்டு நீர் உற்றினார்.

இப்போது திம்மக்காவுக்கு உலகப்புகழ் வாய்த்திருக்கிறது. உலகின் செல்வாக்கு மிகுந்த பெண்களின் பட்டியலில் எழுதப்படிக்கவே தெரியாத திம்மக்காவைச் சேர்த்துப் பெருமைப்படுத்தியிருக்கிறது பிபிசி நிறுவனம். ஏராளமான விருதுகள் அவரைத் தேடி அடைந்துள்ளன. மடியில்

சுமந்து மண்ணில் அவர் வளர்த்த எட்டாயிரம் பிள்ளைகளும், தங்களது ஒற்றைத் தாயான திம்மக்காவின் புகழை எட்டுத் திசைக்கும் கேட்பதுபோல் இசைத்துக் கொண்டேயிருக்கிறார்கள். திம்மக்கா வளர்த்த மரங்களில் கூடுகட்டிப் பெருகிப் பரவிப் பறக்கின்ற பறவைகளும், அவற்றின் குஞ்சுகளும் எப்படிக் கத்தினாலும் அது திம்மக்கா திம்மக்கா என்றே ஒலிப்பது போல் இருக்கிறது.

திம்மக்காவின் கரங்களுக்கு ஒரு வீணையைக் கொடுத்து அதை மீட்டுமாறு வேண்டிக் கொண்டவர் அவரது கணவர். அதை மீட்டி எல்லைகளற்று விரிந்து கொண்டேயிருக்கின்ற ஒரு வனத்தை இன்றளவும் உருவாக்கி கொண்டேயிருக்கிறார் திம்மக்கா.

●

2

மான் அருந்தும் நீரில் புலியின் பிம்பம்

திருவருட்பிரகாச வள்ளலார் அவர்கள், இறைவனிடம் கேள்விகளைக் கேட்பது போல் எழுதியுள்ள ஒரு நெடும்பாடலில், அறவாழ்வுக்கு எதிரான மனிதர்களின் செயல்களையும், குற்றங்களையும் வரிசையாகப் பட்டியலிடுகிறார்.

கலந்த சினேகிதரை கலகஞ் செய்தேனா?
களவு செய்வோருக்கு உளவு சொன்னேனா?
குடிவரி உயர்த்தி கொள்ளை கொண்டேனா?
ஏழைகள் வயிறு எரியச் செய்தேனா?
வேலையிட்டுக் கூலி குறைத்தேனா?
வெயிலுக்கு ஒதுங்கும் விருட்சத்தை அழித்தேனா?

என்றெல்லாம் நீளுகின்ற 46 கேள்விகளோடு அப்பாடல் நிறைவடைகிறது. தமிழிசைப் பாடகர் மழையூர் சதாசிவம் குரலில் அப்பாடலைக் கேட்க நேருகின்ற எவருக்கும் தன்னையுமறியாமல் ஒரு கலக்கம் வரும். மனிதர்கள் தங்களது வாழ்வின் அறநிலையைச் சரிபார்த்துக் கொள்வதற்கும், செய்யக் கூடாதவற்றை நினைவில் கொள்வதற்கான ஒரு கையேடு போலவும் அப்பாடல் வடிவெடுத்திருக்கிறது. கேட்போரின் மனசாட்சியை உலுக்கும் வகையில் குற்றங்களின் கூறுகளை விவரிக்கின்ற அப்பாடலின் முதல் வரி,

நல்லோர் மனதை நடுங்கச் செய்தேனா?

என்பதுதான். நல்லோர் மனதை நடுங்கச் செய்வதே பஞ்சமா பாதகங்களையும் தாண்டிய பெரிய பாதகம். நல்லவர்களையும், நன்னெறிகளின் மீது நம்பிக்கை கொண்டு அவற்றின்படியே வாழ்வோரையும்,அச்சமூட்டிக் கொண்டிருக்கின்ற இச்சமூகத்தை அப்படியே பின்பற்றி வாழப்போகிறோமா அல்லது பண்படுத்த முனைகிறோமா என்பதில்தான் நமது வாழ்வின் வீரியம் அடங்கியிருக்கிறது.

தட்டைப் பல் கால்நடைக் கூட்டம், கோரைப்பல் குழுக்களுக்கு அஞ்சி அஞ்சியே வாழ்நாள் முழுவதும் காடுகளில் 'கால்நடைப் பிணங்களாக' காலம் கழிப்பது போல், எவன் எவனுக்குக்கெல்லாமோ அஞ்சி நடுங்கி நாடுகளில் காலங் கழித்துக்கொண்டிருக்கும் "நடைப்பிணங்களின்" வேதனைகளை அறிந்தவர்கள் குறைவு, நடைப்பிணங்கள் தங்களது அச்சங்களை வெளியே சொல்வதும் குறைவு, அவ்வேதனைகளை அகற்ற முன் வருவோரும் குறைவு.

நமது ஜனநாயகக் காடுகளில், சூதறியாத மனிதப் பெருங்கூட்டங்களின் கண்களுக்கு, பார்க்குமிடங்களில் எல்லாம் சக மனிதர்களாக வாழ்ந்து கொண்டிருக்கின்ற வேட்டை விலங்குகளின் கோரைப்பற்கள் தெரிகின்றன.

கேட்கும் ஓசைகளில் எல்லாம் தங்களின் வாழ்வைக் கொன்றுண்ணக் காத்திருக்கின்ற சக மனிதக் குழுக்களின் கர்ஜனைகள் தொனிக்கின்றன.

தங்களது குளம்புக் கால்களை எடுத்து வைத்து நடக்க முனைகின்ற தடங்களில் எல்லாம் கூரிய நகங்கள் உள்ளொளிந்த பஞ்சுப் பாதங்கள் பதிந்து சென்றிருப்பது தெரிகிறது.

குழுவினருக்கு அஞ்சி நடுங்கியபடியே கூட்டத்தினர் வாழுகின்ற அவலத்திற்கு இங்கே ஜனநாயகம் என்று பெயர் சூட்டப்பட்டிருக்கிறது.

காடுகளில் மட்டுமல்ல, நாடுகளிலும் குழுக்களிடம், கூட்டங்கள் தோற்றுக்கொண்டே இருக்கின்றன என்பதே இன்றைய எதார்த்தம்.

மான் அருந்தும் நீரில்
புலியின் பிம்பம்

என்றெழுதப்பட்ட இந்தக் கவிதை போகிற போக்கில் எழுதப்பட்டதல்ல, பொருள் நிறைத்து நிறைத்து எழுதப்பட்டது. தங்களை அச்சுறுத்துகின்ற முகங்களைக் காணவும், அவற்றின் குரூரத்தை உணரவும் முடிந்தவர்களுக்கே இக்கவிதையின் பிரம்மாண்டம் தெரியும்.

தனக்கான நீர்நிலையில் தெளிவாகத் தெரிந்து தன்னை அச்சுறுத்திய பிம்பங்களை நன்குணர்ந்து, "அச்சமில்லை அச்சமில்லை" என்று அடுக்கிப் பாடி நிமிர்ந்த பாரதி,

பயமெனும் பேய்தனை யடித்தோம் பொய்மைப்
பாம்பைப் பிளந்துயிரைக் குடித்தோம்

என்றும் பாடினான்.

மான் அருந்தும் நீரில் புலியின் பிம்பம் தெரிவது, வன உயிர்களின் இயற்கை சார்ந்த வாழ்நிலை. கொன்றுண்ணிகளுக்குத் தாவர உண்ணிகளின் தசையைத் தவிர உயிர் வாழ்வதற்கு வேறு வழியில்லை. எவ்வளவு பசித்தாலும் புலாலுண்ணிகள் புல்வெளிகளைத் தேடி மேயப் போவதில்லை. எவ்வளவுதான் பசித்தாலும் புல்லுண்ணிகள் புலாலுண்ணிகளின் மீது பாய்ந்து கொன்று பசியாறப் போவதில்லை. விளைந்து நிற்பதைத் தின்னும் புல்லுண்ணிகள். அவற்றை விரட்டி வேட்டையாடித்

திண்ணும் புலாலுண்ணிகள். இதுதான் இயற்கையின் வனநாயகச் சட்டம்.

ஆனால் நமது ஜனநாயகத்தில் கொன்றுண்ணிகளைப் போன்ற தந்திர குணங்களோடு பதுங்குவது, பாய்வது, மெய் மறைப்பது, பொய்யுரைப்பது, அபகரிப்பது, அள்ளிக்குவிப்பது போன்ற வஞ்சகங்களைக் கொண்டவர்களுக்குப் பாமர மனித மான்களின் உழைப்பு, சொத்து, பணம், சில நேரங்களில் பெண்களாக இருந்தால் அவர்களின் உடல் என்று அவ்வளவும் தேவைப்படுகிறது.

அந்தக் கவிதை, காட்டு மானைச் சான்றாக்கிக் காட்டி நாட்டு மான்களுக்கு விழிப்பூட்டுகிறது. தனது நீர்நிலையை உற்றுப்பார்த்து தன்னை வேட்டையாடக் காத்திருக்கின்ற வஞ்சக முகங்களைக் கண்டறிய வேண்டுமென்று வஞ்சகங்களற்ற மனிதர்களுக்கு ஐந்தே சொற்களில் ஒரு கோரிக்கையை முன் வைக்கிறது.

உற்றுப் பாருங்கள். நீங்கள் நோய்வாய்ப்பட்டவர்களாக இருந்தால், உங்கள் நீர்நிலையில் நட்சத்திர மருத்துவமனைகள் தெரியும், மருத்துவர்களும் தெரிவார்கள்.

நீங்கள் விவசாயிகளாக இருந்தால், உங்கள் நீர்நிலையில் எட்டுவழிச் சாலை தெரியும், ஹைட்ரோ கார்பன் தெரியும், கெயில் குழாய் தெரியும், உயர் மின் கோபுர வழித்தடம் தெரியும், உங்கள் வேளாண் உற்பத்திகளின் விலையை வீழ்த்தியும், வேளாண் உணவுப்பொருள்களின் விலையை நாள்தோறும் உயர்த்தியும் கொழுத்துச் செழித்த வணிகர்கள் தெரிவார்கள்.

நீங்கள் வாக்காளர்களாக இருந்தால், உங்கள் நீர் நிலையில் வேட்பாளர்களும் அவர்களது தலைவர்களும் தெரிவார்கள்.

நீங்கள் உங்கள் பிள்ளைகளைப் படிக்க வைக்க விரும்பும் பெற்றோர்களாக இருந்தால், உங்கள் நீர் நிலையில் பல கல்வித் தந்தைகள் தெரிவார்கள், அவர்களது பிரம்மாண்டமான கல்விக் கட்டடங்கள் தெரியும்.

நீங்கள் கடன் பெற்றவராக இருந்தால், உங்கள் நீர் நிலையில் வங்கிகள் தெரியும், அவற்றின் வட்டிவீதங்கள் தெரியும். வகையின்றி நீங்கள் சிக்கிக் கொண்டிருந்தால் கந்துவட்டிக்காரர்கள் தெரிவார்கள், முடிவுக்கே வராத அவர்களது வட்டிக்கொடுங் கணக்குகள் தெரியும்.

இப்படியாக ஒவ்வொரு நாளும் உங்கள் நீர் நிலையில் தெரிந்து, வெவ்வேறு வகையில் உங்களை வேட்டையாடக் காத்துக் கொண்டிருக்கும் உங்களுக்குகெதிரான பிம்பங்களை என்ன செய்யப் போகிறீர்கள்?

வேறொன்றும் செய்ய வேண்டாம். கல்லெறியப் பழகுங்கள் போதும். அவை காணாமல் போகும்!

•

3

செருப்பில் ஏறிப் பார்த்து
காலுக்குப் பொருந்தாமல் இறங்கிச் செல்கிறது
எறும்பு

மனிதர்களைத் தவிர பூமியின் எந்தவோர் உயிரினமும் தங்களது வாழ்க்கை நாகரிகம் பற்றிப் பேசுவதில்லை. எழுதவோ, படிக்கவோ, உரையாடவோ, உரையாற்றவோ மொழிகள் ஏதுமற்ற அவற்றின் உலகில், மிதமிஞ்சிய அளவில் மேலோங்கியிருக்கிறது நாகரிக வாழ்க்கை முறை.

ஆட்டுக் குட்டியை
மடியில் போட்டு
ஈத்திக் கொண்டிருக்கும்
அம்மாவும்
பசுவிற்கு
உண்ணி பிடுங்கி நிற்கும்
அப்பாவும்
படித்ததில்லை...
உயிர்களிடத்தில் அன்பு வேணும்

என்று எழுதினார் இளம்பிறை. அவரது கவிதையின் பாத்திரங்களாகிச் சுடருகின்ற அவரது தாய் தந்தையைப் போல நாகரிகமானதொரு வாழ்க்கை முறையைத் தங்களது பிறப்பியல்புகளாகக் கொண்டு வாழ்பவை மொழியறியா உயிரினங்கள்.

இளம் கன்றுக் குட்டியொன்றை விரட்டிப் பிடித்த சிங்கம் ஒன்று, அதைக் கொன்று உண்ணாமல் அதன் மீது மெல்லிய பலப்பிரயோகம் செய்து முட்டிமோதி

அதனுடன் விளையாடுகிறது. அப்போது அங்கு வருகின்ற வேறு ஒரு சிங்கத்தையும் அது எச்சரிக்கை செய்து விரட்டுகிறது.

ஒரு குரங்குக் குட்டியைக் கண்டெடுத்த சிறுத்தையொன்று, அதன் மீது காட்டிய பெரும்பாசமும், அதைப் பாதுகாக்க அது பட்ட பாடும் உலக உயிரின நாகரிகத்தின் உச்சபட்சக் காட்சிகளாக விரிந்தன.

கொன்றுண்ணிகள் மாமிசத்தை விரும்புவதில்லை என்பதல்ல, தங்களது வயிற்றுக்குத் தேவைப்படாதபோது அவை கடைபிடிக்கின்ற நாகரிகம் அத்தகையதாக இருக்கிறது என்பதே இதன் பொருள்.

அருகிலேயே நிதானமாக நடந்து செல்கின்ற சிங்கக் கூட்டத்தைப் பார்த்தும்கூட, அச்சப்படாமல், மிரண்டு ஓடாமல், மேய்ந்து கொண்டிருக்கும் மாட்டு மந்தைகள், பசியற்ற சிங்கங்களின் உணவு நாகரிகத்தை உறுதி செய்கின்றன.

தேவைக்குமேல் சிறிதளவையும் தேடியலையாத விலங்கினங்களின் உணவு நாகரிகமும், உறவு நாகரிகமும் அவற்றின் வாழ்க்கை முறையாக இருக்கிறதே தவிர வார்த்தை வடிவங்களாக இல்லை. அது குறித்தெல்லாம் நீட்டி முழக்க அவற்றிடம் வார்த்தைகளும் இல்லை.

அதிலும் எறும்புகள் என்றழைக்கப்படுகின்ற சிற்றுயிர் இனம் கடைப்பிடித்து வாழுகின்ற நாகரிகக் கோட்பாடுகள், அவற்றைக் கொஞ்சம் கூர்ந்து கவனிக்கின்ற மனிதர்களை அசைத்துப் பார்க்கவும், கூச்சப்பட வைக்கவும் கூடியவையாக இருக்கின்றன.

தங்களது உடல் அளவைப் பற்றிய தாழ்வு மனப்பான்மைகளின்றிக் கடுமையாக உழைக்கின்ற பேரார்வம் கொண்டவை, முண்டியடித்துக் கொண்டு முந்திச் செல்ல முனையாமல் வரிசைகளைப் பின்பற்றி நடக்கின்ற நிதானம்

கொண்டவை, எறும்புகள் ஊர்ந்து சென்றால் கல்லும் குழியும் என்று பிற்கால மனிதப் பிறவிகளை எழுத வைக்கிற அளவுக்கு ஒற்றுமையான நடையுறுதி கொண்டவை, நெருங்கிக் கொண்டிருக்கின்ற குளிர் காலத்திற்கான உணவை நிகழுகின்ற கோடைக் காலத்திலேயே சேமித்து வைத்துக் கொள்கின்ற தொலைநோக்குப் பார்வை கொண்டவை, அவற்றுக்கெல்லாம் மேலாகக் கடிபடும் உயிரினம் கலங்கிப் போகின்ற அளவுக்குத் தன் அறத்தில் நின்று தன்னம்பிக்கையோடு போராடத் தெரிந்தவை என்று எறும்பினங்களைப் பற்றி எவ்வளவோ சொல்லிக் கொண்டு போகலாம்.

"சிற்றெறும்பைப் பார் எத்தனை சிறியது! அதற்குள்ளே கை, கால், வாய், வயிறு எல்லா அவயங்களும் கணக்காக வைத்திருக்கிறது. அந்த உறுப்புகள் எல்லாம் நேராகவே தொழில் செய்கின்றன. எறும்பு உண்ணுகின்றது, உறங்குகின்றது, மணம் செய்து கொள்கின்றது, குழந்தை பெறுகிறது, ஓடுகிறது, தேடுகிறது, போர் செய்கிறது, நாடு காக்கிறது" என்றெல்லாம் மகாகவி பாரதியும் எறும்புகளைக் குறித்து வியந்து வியந்து எழுதினார்.

> அரிசியை சுமந்துவரும் எறும்பு
> சிரிக்கிற மாதிரியே தெரிகிறது

என்று தனது பிறிதொரு கவிதையில் எறும்புகளைப் படம்பிடிக்கிறார் லிங்குசாமி. இந்தப் புனைவு சிரிக்கிற மாதிரி அல்ல, உண்மையாகவே நம்மைச் சிரிக்க வைக்கிறது. எறும்பினம் சிற்றினம் அல்ல, சீர்பெற்ற இனம். இந்த இனத்தில் ஏதோ ஓர் எறும்பு செருப்பில் ஏறிச் சுற்றிப் பார்த்துவிட்டு இறங்கிக் கொண்டிருக்கும்போது, போகிற போக்கில் லிங்குசாமிக்கு ஒரு கவிதையையும் அருளிச் சென்றிருக்கிறது. எழுத்தாளரும் அமுதசுரபி இதழாசிரியருமான திருப்பூர் கிருஷ்ணன் அவர்களுக்கு இந்தக் கவிதை மிகவும் பிடிக்கும். உரையாடல்களின்

போதும் உரையாற்றும் போதும் அவர் இந்தக் கவிதையை எடுத்துரைத்துச் சிரிப்பார், சிரிக்க வைப்பார். பொருந்தாப் பதவிகளில் தங்களைப் பொருத்திக் கொள்வோரையும், தங்களுக்குத் தகுதியற்ற பெரும் பொறுப்புகளைத் தக்க வைத்துக் கொள்வதன் பொருட்டு எப்போதும் சிந்தித்துக் கொண்டிருப்பவர்களையும் அவர் நிறையவே பார்த்திருக்கக் கூடும்.

இந்திய ஜனநாயக நிர்வாக முறையில் பல்வேறு வகையான உயர் பொறுப்புகளில் பல்லாயிரக்கணக்கான எறும்புகள் வரிசை வரிசையாக ஏறிவிட்டன. ஏறிக் கொண்டும் இருக்கின்றன. ஒரு குறியீடாகத்தான் எறும்புகளை நாம் இப்படிப் பொருத்திப் பார்க்கிறோமே தவிர, மற்றபடி எதன்பொருட்டும் யாரும் எறும்புகளை இழிவு செய்யக்கூடாது என்பதே உயிரியல் சார்பு நாகரிகம். காலுக்குப் பொருந்தாத செருப்பில் ஏறிப்பார்த்து உடனடியாக இறங்கிவிட்ட எறும்பைக் கண்கூடாகவே கண்டு எழுதியிருக்கிறார் லிங்குசாமி. நமது சிந்தனையெல்லாம் பொருந்தாப் பொறுப்புகளில் ஏறி அமர்ந்து கொண்டு இறங்கி வரமாட்டோம் என்று அடம்பிடித்து ஆக்கிரமித்துக் கொண்டிருக்கின்ற இருகால் எறும்புகளைப் பற்றியதாகவே இருக்கின்றன.

பொறுப்புகளைப் பற்றி அணிந்து கொண்டும், பொறுப்புகளில் தங்களை முறையாகப் பொருத்திக் கொண்டும் நடக்கத் தெரியாதவர்களும், அப்படி நடக்க விரும்பாதவர்களும் நிறைந்திருக்கிற நாடுகளில் நடக்கவேண்டிய நல்லவை எவையும் நடப்பதில்லை. ஒரு பொறுப்பைக் கைப்பற்றுகின்ற நேரம்வரை இருபத்து நான்கு மணி நேரமும் அதே சிந்தனையாக இருந்து செயலாற்றி, பல்வேறு வகையான நயவஞ்சகங்களால் நகர்ந்து சென்று, அதைக் கைப்பற்றுகிறவர்கள் அதற்குப் பிறகு அந்த பொறுப்புக்கு உரிய வேலைகளைத் தவிர மற்ற எல்லா வேலைகளையும் செய்யத் தொடங்கி

விடுகிறார்கள். அவர்கள் கைப்பற்றி ஆக்கிரமித்துக் கொண்ட பொறுப்புகளின் வாயிலாகப் பணம், பொருள், புகழ், விளம்பரம், அதிகாரப் பயன்கள், சமூகப் பாதுகாப்பு போன்றவற்றையெல்லாம் கூடுதல் பயன்களாக அவர்களுக்குக் கிடைத்துக் கொண்டேயிருக்கின்றன. இதுதான் நமது இந்திய நிர்வாக நிதர்சனம். விடுதலை பெற்று பவழவிழா ஆண்டினை நாம் நெருங்கிக் கொண்டிருக்கின்ற இதுநாள் வரையிலும் இதுதான் உண்மை.

நமது அதிகார பீடங்களில் ஏறிக் கொண்ட உதவாக்கரை இருகால் எறும்புகள், அப்பீடங்களில் உண்மையாக உழைத்துக் கொண்டிருக்கின்ற சக இருகால் எறும்புகளைப் புறக்கணிக்கின்றன, அவமதிக்கின்றன, அச்சமூட்டுகின்றன, அப்புறப்படுத்தி அழிக்கவும் முனைகின்றன. பாடுபடுகின்ற எறும்புகளுக்குப் பணியச்சத்தை ஏற்படுத்திப் பதறச் செய்கின்ற கேடுகெட்ட பல்லாயிரக்கணக்கான இருகாற் கட்டெறும்புகள் நமது நிர்வாக அமைப்பின் அத்தனை அடுக்குகளையும் ஆக்கிரமித்துள்ளன.

சில ஆண்டுகளுக்கு முன்பு ஒரு அவலம் அரங்கேறியது. கல்வித்துறையில் பணியாற்றிய பெண் ஒருவர் நிறைமாத தாய்மையடைந்து தனது பிரசவத்துக்காக தனது உயர் அதிகாரியிடம் விடுப்பு கேட்டார். விடுப்பு கொடுத்த அந்த அதிகாரி, இரண்டாம் பிரசவத்துக்கு முறையாகக் கொடுக்க வேண்டிய சட்டப்பூர்வமான சலுகைகள் எதையும் கொடுக்கவில்லை. காரணம் கேட்கப்பட்டபோது இரண்டாம் குழந்தைக்குத்தான் இந்தச் சலுகையெல்லாம் உண்டு. உனக்கு முதல் பிரசவத்திலேயே இரண்டு குழந்தைகள் (இரட்டைக் குழந்தைகள்) பிறந்து விட்டதால் கணக்குப்படி இது உனக்கு மூன்றாம் குழந்தை என்று மேதமை காட்டினார் அந்த அதிகாரி. இந்தக் கொடுமை வழக்காக மாறியபிறகு அடப்பாவிகளா பிரசவக் கணக்குப் பார்க்கச் சொன்னால் பிள்ளைக் கணக்குப் பார்க்கிறீர்களே இப்படியெல்லாம் கூடவா சட்டங்களைக் கேலிக் கூத்துகளாக மாற்றுவீர்கள்

என்று அதிகாரியைக் கண்டித்து அந்த பெண் பெண் பணியாளருக்கு உரிய நீதி வழங்கினார் நீதிபதி சந்துரு.

ஈரோடு பள்ளிப்பாளையம் அணையின் கதவுகள் எவ்விதமான முன் அறிவிப்புமின்றி ஒருமுறை திடீரெனத் திறந்து விடப்பட்டபோது, வெளிநாட்டிலிருந்து தனது தாய்நாடான தமிழ்நாட்டுக்கு வந்து ஆற்றில் குளித்துக் கொண்டிருந்த ஒருவரும், அவரது ரத்த உறவுகளான ஏழு பேரும் வெள்ளத்தில் அடித்துச் செல்லப்பட்டு இறந்து போனார்கள். அணைக் கதவைத் திறப்பதற்கு முன்பாக ஒலிக்க வேண்டிய அபாயச் சங்கு என்னவாயிற்று என்று கேட்கப்பட்டபோது உரிய நிதி ஒதுக்கப்படாததால் அதைப் பராமரித்து ஒலிக்கச் செய்ய முடியவில்லை என்று பதில் அளித்தன அந்தப் பொறுப்புச் செருப்பில் ஏறி அமர்ந்திருந்த அதிகார எறும்புகள்.

இதுபோன்ற எறும்புகளும், அவை ஏறி அமர்ந்து கொண்டிருக்கின்ற அவற்றின் காலுக்குப் பொருந்தாத செருப்புகளும் நமது நாட்டில் பல லட்சக் கணக்கில் உள்ளன. அறிவு சார்ந்த நாகரிக உணர்வோடு செருப்பில் ஏறிப்பார்த்து, அது தன் காலுக்குப் பொருந்தாது என்பதையுணர்ந்து உடனடியாக இறங்கிச் சென்ற அந்த எறும்பை, மீண்டும் நீங்கள் எங்கேயாவது பார்க்க நேர்ந்தால் அதை பிடித்து வைத்துக் கொண்டு எனக்குத் தகவல் சொல்லுங்கள் லிங்குசாமி! அதனிடம் கேட்பதற்குச் சில கேள்விகள் என்னிடம் உள்ளன.

●

4

அடுத்த மழை பார்ப்பதற்கில்லை ஈசல்

மனித வாழ்வின் நிலையாமையைச் சுள்ளென்றும், சுரீரென்றும் உணர்த்துகின்ற கவிதைகளைச் சற்றுக் கூடுதலாகவே வெளிப்படுத்துகிறார் லிங்குசாமி. அதுபோன்ற கவிதைகள் ஒருவகையான ஞானத் தெறிப்புகளைப் போல மின்னுகின்றன, அச்சமூட்டுகின்ற தொனியில் அமைந்து எச்சரிக்கையும் செய்கின்றன.

லிங்குசாமி மட்டுமல்ல, அவருக்கும் முந்தைய ஆயிரமாயிரம் ஞானிகளாலும், கவிஞர்களாலும் பல்வேறு காலக் கட்டங்களில் “நிலையாமை மட்டுமே நிலையானது” என்று மனிதர்களுக்கு உரத்து உரத்துச் சொல்லப்பட்டிருக்கிறது.

எல்லா உயிரினங்களும் இந்தப் பூமிக்கு வருகின்றன, வாழ்கின்றன, சாகின்றன, போகின்றன. மனிதர்கள் மட்டும்தான் இந்தப் பூமியைவிட்டுப் போக விரும்புவதேயில்லை. தாங்கள் இந்தப் பூமிக்கு வந்ததே சொத்துகளை மடக்கி அவற்றின் மீதமர்ந்து சொந்தம் கொண்டாடத்தான் என்று அவர்கள் நினைக்கிறார்கள். அதுமட்டுமல்ல, தங்களது சொந்தங்களின் சங்கிலித் தொடருக்கும் இந்தப் பூமி சொந்தமானதாக இருக்க வேண்டும் என்பதிலும் அவர்கள் உறுதியாக இருக்கிறார்கள். அந்த உறுதியின் அடிப்படையில் அலையாய் அலைந்தும், அழுது புலம்பியும், தங்களின் சொத்துகளையெல்லாம் காப்பாற்றிக் கொண்டும், கைமாற்றிக் கொண்டும் செயல்படுகிறார்கள்.

மயானக் கூரையின் மீதமர்ந்து காக்கை கத்துகிறது. யார் வரப்போகிறார்கள்? என்று ஒரு கவிதையில் லிங்குசாமி எல்லோரையும் பார்த்துக் கேட்கிறார். அந்தக் கவிதையைப் படிக்க நேருகின்ற அனைவரும் தங்களது மனதிற்குள் நான் இல்லை நான் இல்லை என்று அலறுகிறார்கள்.

நிலவொளியில் மயானம் அமைதியாக இருக்கிறது. அங்கு வர இருக்கின்ற ஒரு புதிய உடலுக்காகக் கூடுதல் அமைதியோடு காத்திருக்கிறான் வெட்டியான். அங்கு போக இருக்கிற உடல் எது? மற்றொரு கவிதையில் நிதானமாகக் கேட்கிறார் லிங்குசாமி. தங்கள் உடலுக்கு அந்த அவசியம் நேராது என்று தனித்தனியாகத் தங்களுக்குள் நினைத்துக் கொள்கிறார்கள் எல்லோரும்.

தனது கடைசிக் காலங்களில், கடைசி ஆதாரமாக விளங்கித் தன்னைப் பாதுகாத்த குடையை மறந்து இடுகாட்டை நோக்கி மிகக் கடுமையான மழையில் தனது இறுதிப் பயணத்தை மேற்கொண்டிருக்கிறார் தாத்தா! என்றொரு கவிதையில் சொல்லுகிறார் லிங்குசாமி. கடைசிப் பயணத்தின் போது எதையும் எடுத்துக் கொண்டு போகமுடியாதோ! கலங்குகிறார்கள் தாத்தாவைச் சூழ்ந்து நடக்கிற எல்லோரும்!

மரணம் நிகழ்ந்த வீட்டில் இருக்கும்போது பார்த்து நெடுங்காலமாகிவிட்ட பழைய நண்பன் ஒருவன் எதிரே வந்து நிற்கிறான். சிரிப்பதா.. அழுவதா? என்று மேலும் ஒரு கவிதையில் கேட்கிறார் லிங்குசாமி. மரணம் எல்லோரையும் சந்திக்க வைக்கிறது. அப்படியான சந்திப்புகளில் இயல்பாகச் சிரிக்கலாம். கட்டிப் பிடித்துக் கொண்டு அழலாம். அல்லது முதல் வேலையாகச் சற்றுத் தள்ளிப் போய் நின்று கொண்டு சத்தம் போட்டுப் பேசி கைகளைப் பற்றி நலம் விசாரிக்கலாம். இதற்கெல்லாம் ஒரு படி மேலாக பிணமாகக் கிடப்பவரைக் குறித்தே கூட போதிய வருத்தம் கலந்து புறம் பேசலாம். இவையாவும் ஒரு மரணத்தின் பொருட்டு மனிதர்கள் சந்தித்துக் கொள்ளும்போது நடக்கக்

கூடியவை. மரணித்துக் கிடப்பவனைப் பார்ப்பதற்கு அவனுக்குத் தெரிந்தவர்கள் அங்கு வரலாம் வராமலும் போகலாம். இதில் ஒரு பேருண்மை என்னவென்றால், எல்லோருக்கும் மரணம் வரப்போகிறது என்பதுதான். மரணத்தின் பொருட்டுக் கூட்டமாகச் சேர்ந்து சந்தித்துக் கொள்கிற மனிதர்களை, மரணம் தனித்தனியே சந்திக்கும்.

இயற்கையின் இத்தகைய உன்னதமான உயிரியல் நடவடிக்கையைத்தான் வெவ்வேறு கவிதைகளின் வாயிலாக மென்மையாக நம்மை மிரட்டி எச்சரிக்கை செய்கிறார் லிங்குசாமி. அத்தகைய அவரது எச்சரிக்கையில் ஒன்றாகத்தான் அவரிடமிருந்து பூத்திருக்கிறது.

அடுத்த மழை
பார்ப்பதற்கில்லை
ஈசல்

என்கின்ற இந்தக் கவிதை. இது ஈசல்களுக்காகச் சொல்லப்பட்ட கவிதையல்ல. தங்களை "ஈசன்களாக" நினைத்துக் கொண்டு நட ப்பவர்களுக்குச் சொல்லப்பட்ட கவிதை. மனித வாழ்க்கை அநியாயத்துக்கு அநித்யமானதாக இருக்கிறது. ஆணவக் கூத்தாடாமல், இரண்டு கைகளாலும் அள்ளி அள்ளி வயிற்றில் திணித்துக் கொள்ளாமல், அபகரித்து எழுதி வாங்கிக் கொள்வதையே மாபெரும் வெற்றி என்று கருதிக் கொள்ளாமல் தங்களைக் கொஞ்சம் கட்டுப்பாட்டுக்குள் வைத்துக் கொள்வார்கள் எனில் மனிதர்களால் கொஞ்ச காலம் கூடுதலாகவே வாழ முடியும்.

வலிய வலியப் பலவிதங்களில் வாழ முனைந்து ஒரு விதத்திலும் வாழ முடியாமற் போய் சேர்ந்தவர்களின் பட்டியல் கோடிக்கணக்கில் நீள்கிறது. நிகழ்கால மனிதர்களுக்கு நேருகின்ற எழுபது சதவீத மரணங்களுக்கான காரணங்களாக இருப்பவை, அவர்களது பன்முக நுகர்வு வெறித்தன்மைகள்தான்.

யாதனின் யாதனின் நீங்கியான் நோதல்
அதனின் அதனின் இலன்

என்கிற வள்ளுவரின் குறளுக்கு நேர்மாறாக, எல்லாவற்றையும் நுகர்ந்து அவற்றினால் நேருகின்ற அனைத்து வகைத் துன்பங்களாலும் நொந்து நலிவதைத்தான் வாழ்க்கை முறையாகக் கொண்டிருக்கிறார்கள் நமது நிகழ்காலத்து மனிதர்கள்.

என் பதின்ம வயதில் குமுதம் இதழில் ஒரு நகைச்சுவைத் துணுக்கைப் படித்தேன். (அதை எழுதியவர் என்னை மன்னிக்க வேண்டும். அவரது பெயர் மறந்துவிட்டது.) எப்போதும் பணம், பதவி, அதிகாரம் என்று அலைகிற ஒருவனிடம் அவன் மனைவி ஓடி வந்து “என்னங்க உங்க தம்பி சிவலோக பதவி அடைஞ்சிட்டாரம் லெட்டர் வந்திருக்கு” என்று பதட்டத்துடன் சொல்ல, அதற்கு அவன் “அவன் பெரிய கில்லாடி. யாரையாவது பிடிச்சி பதவி வாங்கி புரோமோஷன் ஆயிக்கிட்டே இருப்பான். எனக்குத்தான் எந்தப் பதவியும் அமையல” என்று கடுகடுப்பாகப் பதில் சொல்வதாக அந்த நகைச்சுவை இருந்தது.

மனிதர்களாக வாழும்போது தங்களுக்குக் கிடைக்கின்ற பதவிகளில் அமர்ந்து சக மனிதர்களுக்கும், தான் வாழுகின்ற சமூகத்திற்கும் எதையுமே செய்யாதவர்கள், மறவாமல் தங்களுக்கும், தங்களது குடும்பத்தார்க்கும் வேண்டிய அனைத்தையும் செய்து கொண்டவர்கள், செத்த பிறகும் கூட சிவலோக பதவிக்கும், பரலோக பதவிக்கும், வைகுண்ட பதவிக்கும் ஆசைப்படுகிறார்கள்

“நான் வணிகவுலகில் வெற்றியின் உச்சத்தைத் தொட்டிருக்கிறேன்.

பிறரின் பார்வையில் என் வாழ்க்கை வெற்றிகரமானதுதான்.

ஆனால் பணமும் வசதிகளும் மட்டுமே வாழ்க்கையில்லை என்பதை என் வாழ்க்கையின் இறுதிக்கட்டத்தில்தான் அறிந்து கொண்டேன்.

இதோ! இந்த மரணத்தருவாயில், நோய்ப்படுக்கையில் படுத்துக் கொண்டு என் முழு வாழ்க்கையையும் நான் திரும்பிப் பார்க்கும் இந்தத் தருணத்தில் வாழ்க்கையில் எனக்குக் கிடைத்த அங்கீகாரங்கள், பணம், புகழ், சொத்து, செல்வாக்கு எல்லாமே செல்லாக்காசாக, பொருளற்றதாக மரணத்தின் முன் தோற்றுப் போய் நிற்பதை உளமார உணர்கிறேன்.

இந்த இருளில் என் உயிரைத் தக்கவைக்கப் போராடிக் கொண்டிருக்கும் மருத்துவ இயந்திரங்களின் மெல்லிய சத்தங்கள் மட்டுமே காதுகளில் ரீங்காரிக்கிறது.

கடவுளின் மூச்சுக்காற்றையும் மரணத்தையும் மிக மிக அருகில் உணர்கிறேன்.

வாழ்க்கையில் பணத்திற்குத் தொடர்பில்லாத மனத்திற்குத் தொடர்புடைய சிலவற்றையும் சம்பாதிக்கத் தொடங்கவேண்டும் என்பது இப்போதுதான் எனக்குப் புரிகிறது.

அவை

உறவாகவோ, நட்பாகவோ, கலையாகவோ, அறமாகவோ, நம் இளமையின் கனவாகவோ இருக்கலாம்.

அவைதான் வாழ்வில் மிகமிக இன்றியமையாதன என்பதை காலங்கடந்து இப்போது நான் உணர்கிறேன்.

பணத்தால் நாம் உண்டாக்கியிருக்கும் அனைத்து மகிழ்ச்சியும் வெறும் மாயைகளே!

நான் சம்பாதித்த பணம் எதையும் என்னுடன் கொண்டு போக முடியாது.

நான் மகிழ்ந்திருந்த என் நினைவுகள் மட்டுமே இப்போது என்னுடன் இருக்கின்றன. அன்பும் காதலும் மட்டுமே பல மைல்கள் உங்களுடன் பயணிக்கும்.

உங்கள் பணத்தை வைத்து நீங்கள் என்ன வேண்டுமானாலும் வாங்கலாம். ஆனால் அந்தப் பணத்தின் மூலம் உங்கள் வலியை, உங்கள் துயரை யாரையும் வாங்கிகொள்ளுமாறு செய்யமுடியாது; அது முடியவே முடியாது.

பணத்தின் மூலம் வாங்கும் பொருட்கள் தொலைந்துவிட்டால் மீண்டும் வாங்கிவிடலாம்.

ஆனால் நீங்கள் தொலைத்து, அதைப் பணத்தால் வாங்க முடியாது என்ற ஒன்று உண்டென்றால் அது உங்கள் வாழ்க்கைதான்.

வாழ்க்கையில் எந்தக் கட்டத்தில் நீங்கள் இருந்தாலும் பரவாயில்லை. இப்போதாவது வாழ்க்கையை வாழத் தொடங்குங்கள்.

நாம் நடித்துக் கொண்டிருக்கும் வாழ்க்கை எனும் நாடகத்தின் திரை எப்போது வேண்டுமானாலும் இறக்கப்படலாம் என்பதை நினைவில் கொள்ளுங்கள்.

உங்களின் குடும்பத்தினருக்கு, பெற்றோருக்கு, மனைவிக்கு, மக்களுக்கு, உறவினர்களுக்கு நண்பர்களுக்கு, இயலாதவர்களுக்கு அன்பை வாரி வாரி வழங்குங்கள்.

உங்களை நீங்கள் எப்பொழுதும் மகிழ்ச்சியாக வைத்துக்கொள்ளுங்கள். அனைவரையும் மனமார நேசியுங்கள். நேசியுங்கள். நேசித்துக் கொண்டே இருங்கள்"

என்றெல்லாம் தனது மரணப்படுக்கையிலிருந்து மனிதர்களுக்குப் பிரகடனம் செய்து மறைந்திருக்கிறார். உலகப் பெரும் பணக்காரரும் ஆப்பிள் நிறுவன அதிபருமான ஸ்டீவ் ஜாப்ஸ். நாம் அனைவருமே அடுத்த மழையைப் பார்ப்பதற்கில்லாத ஈசல்கள்தான் என்பதை அவரது

மொழியில், அவரது அனுபவத்திலிருந்து சொல்லியிருக்கிறார் அவர்.

ஒரு மனித உயிர் பிறக்கும் போது அந்த உயிர் பிறந்த இடம், ஆண்டு, மாதம், நாள், நேரம் உள்ளிட்ட எல்லாவற்றையும் பதிவு செய்து சான்றிதழ் தருவதற்கு ஒரு சாதாரண செவிலியரால்கூட முடியும். அதே உயிர் எந்த இடத்தில், எப்போது, எப்படிப் பிரியும் என்று சான்றிதழ் தருவதற்கு உலகின் ஒட்டுமொத்த விஞ்ஞானிகளும் சேர்ந்து முயன்றாலும் கூட அது முடியாது. அடுத்த மழையைப் பார்ப்பதற்கு வக்கற்று வாழுகின்ற ஈசல்களாகிய நமது கதை முடிந்த பிறகு, நமக்கு வழங்கப்படுவது "இனி இவரால் நேரடியாக யாருக்கும் எத்தொல்லையும் நேராது" என்று உறுதி செய்கின்ற இறப்புச் சான்றிதழ் மட்டும்தான்.

வாழ்நாளெல்லாம் விதம் விதமான, வண்ணமயமான, நூற்றுக்கணக்கான சான்றிதழ்களோடு வாழ்ந்து பழகிய நம்மை ஒன்றுமில்லாமல் செய்வதற்கு அந்த ஒற்றைச் சான்றிதழ் போதுமானது. யாராக இருந்தாலும் தனது கடைசிப் பயணத்தின்போது அந்தச் சான்றிதழை மறக்காமல் கொண்டு செல்ல வேண்டும்.

மயானத்தில் அதை வாங்கிச் சரிபார்த்து இந்தக் காயம் பொய் என்பதையும், இது வெறும் காற்றடைத்த பை என்பதையும், இப்படியோர் ஈசல் இந்த உலகில் வாழ்ந்தது என்பதையும், இனிமேல் இது இருக்காது என்பதையும் எல்லோருக்கும் முன்பாக உறுதி செய்வார்கள் வெட்டியான்கள்.

அடுத்த மழை பார்ப்பதற்கு ஈசல்கள் இருப்பதில்லை. ஆனால் இப்படியொரு ஈசல் இருந்தது என்பதற்கான சான்றிதழ் மட்டும் இருக்கும். சரிதானே லிங்குசாமி!

•

5

முதலில் தண்ணீர் இல்லை என்றார்கள் இப்போது ஆறே இல்லை என்கிறார்கள்

இயற்கையின் அதிசயிக்கத் தக்க அழகழகான அமைப்புகளின் மீது, மனிதர்கள் தொடர்ந்து தொடுத்து வருகின்ற பேராசைப் போர்களின் விளைவே இக்கவிதை.

நதிகள், வனங்கள், மலைகள் என்று நெடுங்காலமாக நிலைபெற்று, பல்லுயிர்ச் சூழல் நலன்களுக்குப் பயனளித்து கொண்டிருக்கின்ற இயற்கையின் அமைவுகள் ஒவ்வொன்றும் இப்போது வேக வேகமாகக் காணாமற் போய்க் கொண்டிருக்கின்றன.

இயற்கையே நினைத்தாலும் மீண்டும் அமைத்துக் கொள்ள முடியாத அதன் கூறுகளைக் கனிம வளங்களாக காணத் தொடங்கிய மனிதர்கள், அவற்றைக் கொள்ளையடிக்கத் தொடங்கிய நாளிலிருந்து, பொருமிக் குமுறியபடியே சூரியனைச் சுற்றிக் கொண்டிருக்கிறது பூமி.

அடுத்தவர்களுக்கு உரிமையான தண்ணீர் கிடைக்கக் கூடாதென்று ஆங்காங்கே அணைகளைக் கட்டியும், மலைகளின் மேனி முழுவதும் அடர்ந்திருந்த மரங்களையெல்லாம் வெட்டியும் ஆறுகளுக்கு நீர் வராமல் பார்த்துக் கொண்டவர்கள், அவற்றில் மணல் இருப்பதைப் பார்த்துவிட்டபோது, தனது இரு கரைகளின் மரங்கள் அதிர முதல் முறையாக நடுங்கியிருக்கக் கூடும் நமது ஆறுகள். நீர் இல்லாத ஆறுகளுக்கு மணலை வைத்துக் கொண்டிருப்பதற்கான தகுதியில்லை என்று

முடிவு செய்தவர்கள், ஆறுகளில் நீர் இல்லை என்று உரத்துச் சொல்லிக் கொண்டே அவ்வளவு மணலையும் அள்ளிக் கொண்டு போய்விட்டார்கள். போகும்போது அவர்கள் சொல்லிவிட்டுப் போன மற்றொரு செய்தி, இப்போது ஆறுகளும் இல்லை என்பதுதான். ஆலயம் இல்லாத ஊரில் மட்டுமல்ல, ஆறு இல்லாத ஊரிலும் குடியிருக்க முடியவில்லை என்று கூட்டம் கூட்டமாக மக்கள் பிழைப்பு தேடிச் சிதறியதால், வெறிச்சோடிப் போயின நமது ஆயிரக்கணக்கான வேளாண்மைக் கிராமங்கள்.

தமிழ்நாட்டின் ஆறுகளில் மட்டுமல்ல ஏரிகள், கண்மாய்கள், குளங்கள், குட்டைகள் போன்றவற்றிலும் நீர் இல்லை என்று சொன்னவர்களின் குரலைத் தொடர்ந்து, இப்போது அவையும் இல்லை என்று எல்லோரும் சொல்லிக் கொண்டிருக்கிறோம். சென்னை நகரில் குடிநீர்ப் பஞ்சம் தற்போது தலைவிரித்து ஆடிக் கொண்டிருக்கிறது. வருடாந்தர விக்கல்களுக்கு நமது தலைநகரத்து மக்கள் பழகிப் போய்விட்டனர். இன்னும் கொஞ்ச காலத்திற்குள் தங்களது தாகத்திற்குத் தண்ணீர் கேட்டுக் கூட்டம் கூட்டமாகப் போராடத் திரளுகின்ற மக்களுக்கு, உண்மையான விக்கல் ஓசைகளே போராட்ட முழக்கங்களாக அமைந்து விடுமோ என்று அஞ்சத் தோன்றுகிறது.

சென்னை, காஞ்சிபுரம், திருவள்ளூர் மாவட்டங்களுக்கு உட்பட்ட மொத்தம் 35 ஏரிகளைத் தூர்த்து நீர் நிலைகளுக்குக் கல்லறை கட்டி, அக்கல்லறைகளின் மீது கட்டியெழுப்பப்பட்டு வருகின்ற நமது சென்னை மாநகரம், குடி தண்ணீருக்குக் கூட தவிப்பதற்கான காரணம், கொன்று புதைக்கப்பட்ட ஏரிகளின் சாபமோ என்றுகூட எண்ணத் தோன்றுகிறது. அகழி, அருவி, ஆழிக்கிணறு, இலஞ்சி, உறைகிணறு என்றெல்லாம் தொடங்கி மடுகர், பில்வலம், படு, பட்டம், வாவி, வட்டம்,

உவளகம், பண்ணை, கயம், பயம், தடாகம், கிடங்கு, ஆழி, அலந்தை, குண்டம் என்றெல்லாம் நமது நீர்நிலைகள் அறுபத்தொரு பெயர்களில் அழைக்கப்பட்டன. இவற்றில் ஆழி என்றழைக்கப்படுகின்ற கடல் ஒன்றைத் தவிர மற்றுமுள்ள சிறு சிறு நீர் நிலைகள் அனைத்துக்கும் ஆறுகளே அன்னைகளாக அமைந்து ஆங்காங்கே தனது தண்ணீரைத் தாய்ப்பாலைப் போல நிரப்பிப் பல்லுயிர்ச் சூழல் நலம்பெற வழி செய்கின்றன.

ஆறுகள் அழித்தொழிக்கப்பட்டால் அவற்றை நம்பியிருக்கின்ற அத்தனை நீர் நிலைகளும் அழிந்துபோகும். ஆறுகள் ஏரிகளுக்கும், ஏரிகள் கால்வாய்களுக்கும், கால்வாய்கள், குளங்கள் குட்டைகளுக்குமாக நீர் விநியோகம் நடந்த அதியற்புதமான நீர் மேலாண்மை நிர்வாக முறையில் தமிழர்கள் ஈரமும் நீருமாக நிமிர்ந்து வாழ்ந்து வந்த கலாசாரம் வேக வேகமாக இப்போது காணாமல் போய்க் கொண்டிருக்கிறது.

மேய்ச்சலுக்குப் பிறகு அருகிலேயே இருக்கின்ற கால்வாயிலும் குட்டையிலும் நீர் அருந்தி, எங்கெங்கும் பசுமையாகக் கிளைவிரித்து உயர்ந்தோங்கி நின்றிருந்த மரங்களின் நிழலில் அசைபோட்டுக் கொண்டு ஓய்வெடுத்துக் கொண்டும், இனப்பெருக்கம் செய்து கொண்டும் வாழ்ந்த கால்நடைகள் தற்போது அந்த நினைவுகளை மட்டுமே அசைபோட்டபடி தொலைதூரத் தண்ணீர்த் தொட்டிகளைத் தேடி நடந்து கொண்டிருக்கின்றன.

லிங்குசாமியின் கூற்றுப்படி, இருப்பதையெல்லாம் இல்லாமற் போகச் செய்ததன் விபரீத வினை இது. அப்படித்தான் சென்னையின் புறப் பகுதிகளில் இருந்த பல சிறு மலைகள் கல் குவாரிகளாக மாறிக் காணாமல் போயின. பிறகு அந்த மலைகள் இருந்த இடங்கள் எல்லாம் பெரிய பெரிய பள்ளங்களாக மாறின. அந்தப் பள்ளங்களில் எல்லாம் மழை நீர் தேங்கி அவை தற்காலிக நீர் நிலைகளாக வடிவம் கொண்டன. இப்போது சென்னை

மாநகரின் நீர் வேட்கையையும், விக்கலையும் போக்க அந்த கற்குவாரிப் பள்ளங்களின் நீரையும் உறிஞ்சியெடுத்துப் புடம் போட்டுப் பருகத் தொடங்கியிருக்கிறார்கள். இது மிகப்பெரிய நுகர் நிலை அவலம்.

ஆறுகளில் பாய்ந்து வரும் நீருக்குப் பூத்தூவி விழா எடுத்துத் தங்களது மழைக் கடவுளான இந்திரனை வணங்கி வழிபட்டு மகிழ்ந்த மரபு தமிழருக்கு உண்டு.

இப்போதைய தமிழகத்தின் ஆறுகள் ஆறுகளாக இல்லை. அவற்றில் கரைபுரண்டு ஓடிவரும் நீரும் இல்லை. நீர் இல்லாமற் போனவுடன் அவற்றில் இருந்த மணலும் இல்லை. எனவே மலையற்ற ஆறுகள் நெடுங் குப்பைத் தொட்டிகளாக மாற்றப்பட்டுவிட்டன. தமிழகத்தின் மேகமலையில் பிறந்து ஏறக்குறைய நூறு கிலோ மீட்டர் தூரம் தூய்மையாகப் பயணித்து வருகின்ற வைகை நதி, மதுரையின் பத்து கிலோ மீட்டர் தூரத்தைக் கடக்கும் போதுதான் நமது கண் முன்பாகவே நெடுங்குப்பைத் தொட்டியாக மாறிப் போகிறது. சென்னைக்குள் நுழைந்த பிறகுதான், கூவம் நதியின் முகம் கழிவுகளின் துர்நாற்றம் வீசுகின்ற கருங்குப்பை முகமாக மாறிப்போகிறது. நகரக் கலாசாரம் நதிகளை மேம்படுத்தவில்லை, வணங்கவில்லை, வாழ விடவில்லை. மாறாகப் பேராபத்தான விதங்களில் பாழ்படுத்திக் கொண்டிருக்கிறது.

நீரில் இருந்து பிறந்தவனே
நீ மட்டும் நீராகவே இருந்தால்
இல்லாமல் போக மாட்டாய்

என்றார் கவிக்கோ அப்துல் ரகுமான்.

நாம் நீராக இல்லை.
நீர் நிலைகளோடும் இல்லை!

6

மரத்தடியில்
வகுப்பெடுக்கிறார் ஆசிரியர்
கற்றுக்கொடுக்கிறது
மரம்

பாடம் நடத்துவதைக் காட்டிலும் மேலானது, வகுப்பெடுப்பது. வகுப்பெடுப்பதைக் காட்டிலும் உயர்வானது, சொல்லிக் கொடுப்பது. இவையிரண்டைக் காட்டிலும் மகத்தானது, கற்றுக் கொடுப்பது.

பாடம் நடத்துவோரும், வகுப்பெடுப்போரும் பல்கிப் பெருகிக் கொண்டிருக்கின்ற இன்றைய நமது சமூகத்தில் சொல்லிக் கொடுப்போரும், கற்றுக் கொடுப்போரும், அருகிக் கொண்டிருக்கிறார்கள்.

மீன்களும் தவளைகளும் அற்ற நீர்நிலைகளில், அவற்றை உண்டு உயிர்வாழ வேண்டிய பாம்புகளும் இல்லாமற் போவதைப் போல, கற்றுக் கொடுப்போர் இல்லாத சமூகத்தில் கற்றுக் கொள்வோரும் இல்லாமற் போகிறார்கள். இதுவே இன்றைய நமது கல்வி முறையின் பாழ்நிலை. இந்நிலையின் கொடுங் கூறுகளைத்தான், பல்வேறு வடிவங்களில் அன்றாட அவலங்களாக நாம் அனுபவித்துக் கொண்டிருக்கிறோம்.

தெரிந்து கொள்வதல்ல, புரிந்து கொள்வதே கல்வி. தெரிந்து கொண்டவர்கள் தேங்கி நின்று விடுகிறார்கள். புரிந்து கொண்டவர்கள்தான் போய்க் கொண்டேயிருக்கிறார்கள்.

கல்வியின் கடமையும், பெருமையுமாக விளங்குவது முதலில் அற மனிதர்களை உருவாக்குவதுதான். அற மனிதர்களில் இருந்துதான், அனைத்து துறை மனிதர்களையும்

உருவாக்க வேண்டும். இதில் பேரவலம் என்னவென்றால் நமது கல்விமுறை அறம் போதிப்பதில்லை என்பதல்ல, கல்வி முறையே அறம் சார்ந்து இயங்கவில்லை என்பதுதான். அதனால்தான் பட்டதாரிக் குற்றவாளிகளின் பட்டியல் நொடிக்கு நொடி நீண்டு கொண்டேயிருக்கிறது.

அறியச் செய்வதும், புரியச் செய்வதும், கற்றுக் கொடுப்பதுமாக இருக்க வேண்டிய உண்மையான கல்விமுறையின் இடுப்பு முறிக்கப்பட்டு, தேவைகளைக் குறி வைத்துத் தெரியப்படுத்துகிற கல்வி முறை இன்றைய நமது மண்ணின் பட்டி தொட்டிகளிலெல்லாம் பதியம் போடப்பட்டுப் பரவி வளர்ந்துகொண்டிருப்பதைப் பார்க்கிறோம்.

எதையெதையோ தெரிந்து கொண்டு வந்துவிட்டவர்கள், அவற்றைத் தெரியப்படுத்துகிற வேலைகளை மட்டுமே செய்து கொண்டிருக்கிறார்கள். உரத்தொலிப்பவர்களாகவும், ஓசைகளால் மாணவர்களை ஒழுங்குபடுத்துகிறவர்களாகவும் அவர்கள் மாற்றப்பட்டிருக்கிறார்கள். புரிந்து கொள்ளவும், அறிந்து கொள்ளவும், கற்றுக் கொள்ளவும் அங்கே அமர வைக்கப்பட்டவர்கள், தெரிந்து கொள்பவர்களாக மட்டுமே மாற்றப்பட்டு, தனித் தனியான தங்களது திறன்களை இழந்து, பொது மந்தைகளாகிப் புறப்பட்டுப் போய்க் கொண்டிருக்கிறார்கள்.

தெரிந்து கொண்டவர்களால் சொல்லத்தான் முடியும். புரிந்துகொண்டவர்களால்தான், சாதிக்க முடியும், செய்ய முடியும் என்னும் பேருண்மைகள் நமது கல்வி முறையில் கேட்பாரற்றுக் கிடக்கின்றன.

வகுப்பெடுகின்ற வாய்களுக்கும், கேட்டுக் கொள்கின்ற காதுகளுக்குமான நமது கல்விக் கலாசாரத்தில் சிந்திக்கின்ற மூளைகளுக்குச் சிறிதளவும் வேலையின்றிப் போய்விட்டது.

கல்வியின் உன்னதமும், பெருஞ்சிறப்பும், பெரும் பொருளுமாக உள்ளுறைந்திருப்பது பேரழகானதொரு

மௌனம். மேன்மையான இந்த மௌனத்திற்கு எதிராகச் செயல்பட்டு மூளையின் திறன்களை முடக்கி வைக்கிறது, ஓசைகளோடு கூடிய மனப்பாடக்கலாசாரம். வலுக்கட்டாய மனப்பாடங்கள் தேர்வுகள் முடிந்தவுடனேயே மனத்திலிருந்து தொலைந்து போய்விடுகின்றன. விரும்பிக் கற்று விளங்கிக் கொண்டவை மட்டும்தான் வாழ்நாள் முழுவதும் உடன் வருகின்றன.

கற்றுக் கொள்ள வந்தவர்களுக்குள்ளே இருக்கின்ற இயல்பான, இயற்கையான தனித்தனி வண்ணங்களின் மீது, வெளியே இருந்து ஒற்றைச் சாயத்தை ஊற்றிச் சிரமப்படுத்துவதும், சமப்படுத்துவதுமா கல்வி? உள்ளே இருக்கின்ற சுடரை திசைமாற்றாமல், தடுக்காமல், அணைக்காமல், கெடுக்காமல், பாதுகாப்பாக வெளிக்கொண்டு வந்து புற உலகிற்கு ஒளிவீசச் செய்வதல்லவா கல்வி!

படித்து முடித்தவர்களைக் காட்டிலும், கற்றுத் தேர்ந்தவர்களே கலங்கரை விளக்குகளாக மாறுகின்றனர். வாழ்விற்கான அறநெறிகளை, நீச்சலடிப்பதை, பனையேறுவதை, மிதிவண்டி உள்ளிட்ட வாகனங்களை இயக்குவதை, ஓவியம் தீட்டுவதை, இலக்கியம் படைப்பதை, சிற்பம் வடிப்பதை, பாடுவதை, இசைக்கருவியை இசைக்கச் செய்வதை, கொடையளிப்பதை, சேவை செய்வதை, கைத்தொழிலை, பல்வேறு விதமான கலைகளை, நடனத்தை, இலக்கியத்தை, வீரக்கலைகளை, வேளாண்மையை, இப்படியெல்லாம் இன்னும் நீளுகின்ற வாழ்க்கையின் நூற்றுக்கணக்கான நற்கூறுகளைக் கற்றுக் பழகியவர்கள் என்றைக்கும் அற்றைக் கைவிடுவதில்லை. எனவே அவையும் அவர்களைக் கைவிடுவதில்லை.

மனித குலம் கற்றுத் தேர்ந்து கற்றுக் கொடுப்பவை ஒருபுறமிருக்க அண்ட வெளியும், அதிற் சுழலுகின்ற பூமியும், கடல், மலை, வனம், மேகம், மழை என்று விரிகின்ற

பூமியின் அத்தனைக் கூறுகளும் யோக நிலையிலும், கோப நிலையிலும் மனிதர்களுக்குக் கற்றுக் கொடுத்துக் கொண்டே இருக்கின்றன. அப்படித்தான் போதிமரம் புத்தனுக்குக் கற்றுக் கொடுத்தது. அதனடிப்படையில்தான் நிகழ்காலச் சமூகத்தின் நிலையறிந்து வருந்தி, அசோகர் இத்தனை மரங்களை நட்டார் அதில் ஒன்றுகூட போதி மரமில்லையா? என்று தனது பிறிதொரு கவிதையில் கேட்ட லிங்குசாமி,

> மரத்தடியில்
> வகுப்பெடுக்கிறார் ஆசிரியர்
> கற்றுக் கொடுக்கிறது மரம்

என்றெழுதி இக்கவிதையால் நிகழ்கால அறிவுலகின் நிலையை உணர்த்துகிறார்.

எங்கிருந்தோ வந்து மரத்தடியில் நின்று கொண்டு எவரும் எவருக்கும் பாடம் நடத்தலாம் வகுப்பெடுக்கலாம். வகுப்பு முடிந்தவுடன் புறப்பட்டுப் போகலாம். ஆனால் நிரந்தரமாகப் பல்லாண்டுக் கணக்கில் அங்கேயே நின்று கொண்டிருக்கும் மரம் என்றைக்கும் எவருக்கும் வகுப்பெடுப்பதில்லை. மாறாக எப்போதும், எல்லா நிலையிலும் அது எல்லோருக்கும் அது வாழ்வறத்தைக் கற்றுக் கொடுத்துக் கொண்டேயிருக்கிறது. மௌனித்தும், கவனித்தும் அதன் முன் நின்று கற்க முன்வருவோர்க்கு மட்டும் அது புதிது புதிதாகக் கற்றுக் கொடுத்துக் கொண்டேயிருக்கும்.

கூழாங்கல்லில் தெரிகிறது நீரின் கூர்மை

பல கோடிக்கணக்கான உயிரினங்களைத் தன்னில் சுமந்து வாழவைத்துக் கொண்டு, அண்டவெளியில் சுழன்றபடியே சூரியனையும் சுற்றிக் கொண்டிருக்கின்ற இந்த உலக உருண்டையை, நிலக்கோளம் என்று குறிப்பிடுவதைக் காட்டிலும் 'நீர்க்கோளம்' என்று குறிப்பிடுவதே சரியாக இருக்குமெனத் தோன்றுகிறது.

இயற்கையின் அதிசயங்கள் அனைத்தையும் மிஞ்சிய ஒரு பேரதிசயமாக விளங்குகிறது நீர். தனித் தன்மைகள் கொண்ட நூற்றுக்கணக்கான பெருமைகள் நீருக்கு உண்டு. மேலும் ஒரு புதியபெருமையாக, அதன் கூர்மையைக் கூழாங்கல்லில் கண்டுணர்ந்து எழுதுகிறார் லிங்குசாமி.

காண்பதற்குக் கண்கள் இல்லாமல், வடிவமைக்க உளியும் சுத்தியலும் இல்லாமல், அவற்றைப் பற்றிப் பிடிக்கக் கைகள் இல்லாமல் நீர் செதுக்கி வைத்திருக்கின்ற வழ வழப்பான, அழகழகான கூழாங்கற்களைக் காட்சிப்படுத்தி நீரின் கூர்மையை உறுதி செய்கிறார் அவர். கூர்மையைக் கூர்மையானவர்களால் மட்டுமே உணர முடியும். மேலோட்டமாகப் பார்க்கும்போது ஒரு நிராயுதபாணியைப் போல் தெரிகிறது நீர். ஆனால் அது பல பேராயுதங்களைத் தனக்குள் வைத்துக் கொண்டு செயலாற்றிக் கொண்டிருக்கிறது.

நீருக்கு நிறமில்லை, சுவையில்லை, வடிவமில்லை, என்றெல்லாம் ஆய்வுக் குடுவைகளின் வாயிலாக அறிவியல் நமக்கு போதித்துக் கொண்டிருக்கிறது.

இவை அனைத்தும் அறிவியலின் கோணத்தில் பார்த்தால் உண்மைதான். ஆனால் தன்னைப் பற்றிய இதுபோன்ற மதிப்பீடுகள் ஒவ்வொன்றும் பொய்யானவை என்று வெவ்வேறு கோணங்களில் நமக்கு நிரூபித்துக் கொண்டேயிருக்கிறது நீர்.

என்னை உறிஞ்சியும், பருகியும் வளர்ந்து கொண்டிருக்கின்ற ஆயிரமாயிரம் பயிரினங்களும், உயிரினங்களும் என்னுடைய வெவ்வேறு வடிவங்கள். எனவே அவ்வகையில் ஆயிரமாயிரம் வடிவங்கள் எனக்கு உண்டு.

விதம் விதமான பசுமையும், வண்ண வண்ணப் பூக்களும், காய்களும், கனிகளும் என்னுடைய வெவ்வேறு நிறங்கள். எனவே அவ்வகையில் ஏழு நிறங்களையும் கடந்த எத்தனையோ நிறங்கள் எனக்கு உண்டு.

மலர்களும், காய்களும், கனிகளும், தானியங்களும் வெளிப்படுத்துகின்ற நறுமணங்கள் அனைத்திலும் நீக்கமற நான் நிறைந்திருக்கிறேன். எனவே அவ்வகையில் நூற்றுக்கணக்கான நறுமணக் கூறுகள் எனக்கு உண்டு.

காய்கள், கனிகள், தானிய வகைகள், ஊண் வகைகள், தேன் வகைகள் என்று எல்லா வகை உணவுகளிலும் உள்ளிருக்கும் சுவை என் சுவைதான். எனவே அவ்வகையில் எண்ணிலடங்கா சுவைக் கூறுகள் எனக்கு உண்டு.

என்றெல்லாம் சான்றுகளை அடுக்கி, அதற்கு இல்லை இல்லையெனச் சொல்லப்பட்ட ஒவ்வொன்றையும், உண்டு உண்டு என நிரூபணம் செய்து கொண்டிருக்கிறது நீர்.

நதிகளாகி நெளிந்து நெளிந்து ஊர்ந்து செல்லவும், கண்களுக்குப் புலப்படாத ஆவி வடிவில் மேலெழவும், மேகங்களாகிக் கூட்டம் கூட்டமாகப் பறந்து செல்லவும்,

மழைத் தாரைகளாகி இறங்கி தரையில் நடனமாடவும், உறைந்து படுத்து ஓய்வெடுக்கவும், ஊற்றுகளாகிப் பீறிட்டெழவும், தேவைகளின் பொருட்டுத் தேங்கி நிற்கவும் நீருக்குத் தெரியும்.

மனித குலத்தின் நன்றிக்கும், நல்வாழ்வுக்கும் என்றென்றும் உரியது நீர். நதிக்கரைகள்தான் மனித குல நாகரிகங்களைத் தோற்றுவித்தன. ஆனால் அந்த நாகரிகங்களோ நதிகளைத் தோற்கடித்துவிட்டன. பாய்ந்தோடிய நதிகளையெல்லாம் சாக்கடைகளுக்கும், சாய நீருக்கும் பயந்தோட வைத்துவிட்ட பெருமை மனிதர்களுக்கே உரியது.

புனிதம் என்கிற பெயரில் பிணம் ஒன்று வீசப்படும்போது, என் புனிதத்தைக் காப்பாற்ற யாருமே இல்லையா? எனக்கேட்டுக் கதறி நடுங்குகிறது கங்கை. உலகின் நதிகளில் அதிக அளவு மாசுபடுத்தப்பட்டிருக்கின்ற நதி என்கிற அவலத்தையும், ஆயிரக்கணக்கான பிணங்களையும் சுமந்து கொண்டு, ஒரு நூறு சாக்கடைகள் சங்கமித்துப் பெருகிய ஒற்றைச் சாக்கடைபோல் ஊர்ந்து கொண்டிருக்கிறது கங்கை நதி. இறந்து போனவர்களை ஏற்றுக்கொள்வதல்ல, யாரும் இறக்காமல் பார்த்துக் கொள்வதே நீரின் நல்லியல்பு. பொழிவதும், பாய்வதும் பயிர்களுக்காக என்றும் திரளுவதும், தேங்குவதும் உயிர்களுக்காக என்றும் இரு பெரும் கொள்கைகளோடு செயலாற்றுகிறது நீர். உயிர்களை உருவாக்கி வளர்ப்பதுதான் நீரின் நிலையான கோட்பாடு.

மழைக்காலங்களின் நீர் மிகுதி காரணமாக வேடந்தாங்கல் ஏரியின் கடம்ப மரங்களுக்கிடையில் தேங்கித் ததும்புகின்ற நீர், தொலைத்தூர நாடுகளில் இருந்து பல்லாயிரக்கணக்கான அரியவகைப் பறவையினங்களையெல்லாம் வரவழைத்து வாழவைப்பதோடு அவற்றை இனவிருத்தியடையச் செய்தும் வழியனுப்பி வைக்கிறது.

பருவ காலங்களில் ஒவ்வொரு நாளும் ஆயிரக்கணக்கிலும், சில நாள்களில் ஐந்தாயிரம் எனும் கணக்கிலும் கூட அந்த ஏரிக்குப் பறவைகள் வந்து சேருகின்றன. அவ்வகையில் கடந்த 2016ஆம் ஆண்டு ஜனவரி மாதத்தில் அங்கு வந்து சேர்ந்த பறவைகளின் எண்ணிக்கை சராசரியாக 34,000. அதே ஆண்டு ஜூன் மாதம் அங்கிருந்து பறந்து சென்ற பறவைகளின் எண்ணிக்கையோ 82,000. இதுதான் இனவிருத்திக்கு ஏதுவான அந்த வேடந்தாங்கல் ஏரியின் தாய்மை. வேடந்தாங்கல், கரிக்கிலி போன்ற ஏரிகளின் கடம்ப மர நீர்ப்பிடிப்புப் பகுதிகள், வெளிநாட்டுப்பறவையினங்களுக்கான இருப்பிடங்களாகவும், இனவிருத்தி மையங்களாகவும், விளங்குகின்றன. அவற்றின் சுற்றுவட்டார நீர் நிலைகளாக அமைந்திருக்கின்ற மாமண்டூர், உத்திரமேரூர், மதுராந்தகம் போன்ற நூற்றுக்கணக்கான ஏரிகள் அப்பறவைகளுக்கு உணவளிக்கின்ற கொடையாளிகளாகத் துலங்குகின்றன.

இதில் என்னவொரு வேதனையென்றால், ஊருக்கு ஊர் இதுபோன்ற ஏரிகளைக் கொண்டிருப்பதன் காரணமாக 'ஏரிகளின் மாவட்டம்' எனப் பெயர் பூண்ட காஞ்சிபுரம் மாவட்டம், முன்னொரு காலத்தில் ஏரிகள் இருந்த மாவட்டமாக இப்போது மாறிக்கொண்டிருக்கிறது என்பதுதான்.

கூழாங்கல்லில் தெரிகின்ற நீரின் கூர்மையை மட்டுமல்ல, ஏரிகளாகத் தேங்கி நிற்கின்ற அதன் தாய்மையைக் கூட யாரும் கண்டுகொள்வதில்லை, கவனிப்பதும் இல்லை. நீரின் பெருமைகளைப் புரிந்து கொள்ளவும், மதிக்கவும், நேர்த்தியாக அதைக் கையாளவும் தெரியாத நமது சமூகம், தண்ணீர் லாரிகளைத் துரத்திக் கொண்டு ஓடுவதில் எந்த வியப்பும் இல்லை. தெரியாமையின் விளைவுகளே ஏதோவொரு வகையில் நமக்கான தண்டனைகளாக மாறுகின்றன.

கிராமப்புறங்களில் பெண் பார்க்கப் போகிறவர்கள், அந்தப் பெண்ணைக் கணுக்கால் அளவுக்குச் சேற்றில் நடக்கவிட்டு பின்னர் ஒரு சொம்பு நீரைக் கொடுத்து கால்களைத் தூய்மை செய்து கொள்ளச் சொல்வார்கள். அந்தப் பெண் எவ்வளவு தண்ணீரில் தனது கால்களை எந்த அளவுக்குத் தூய்மை செய்து காட்டுகிறாள் என்பதை வைத்தே அவளை மணமகளாகத் தேர்வு செய்வார்கள் என்று சொல்லப்படுவதுண்டு. எங்கு பார்த்தாலும் நீர் நிலைகளாக இருக்கின்ற கிராமப்புறங்களில் கூட, ஒரு சொம்பு நீரை சிக்கனமாகக் கையாளுவது அந்த அளவுக்கு முக்கியமாக இருந்திருக்கிறது. அதை வைத்தே அந்தப் பெண்ணின் திட்டமிடுதலும், அறிவுக் கூர்மையும், சிக்கனப் பண்பும் தீர்மானிக்கப்பட்டிருக்கிறது.

இன்றைய நமது நீர் நிர்வாக முறை இப்படியெல்லாம் இல்லை. தூய்மையான மழை நீர் கடலில் போய் கலந்துவிடுகிறது. எஞ்சியுள்ள நதிகளின் நீரில் ஆங்காங்கே சாக்கடைகளும் சாயநீரும் கலந்துவிடுகின்றன. இந்தியா முழுவதும் 275 நதிகளும், தமிழ்நாட்டில் காவிரி, பாலாறு, பவானி, தாமிரபரணி, வைகை, மணிமுத்தாறு உள்ளிட்ட ஏழு நதிகளும் பெருமளவில் மாசடைந்து கழிவு நீர்த்தேக்கங்களாக மாறிப்போயிருப்பதை மத்திய மாசுக் கட்டுப்பாட்டு வாரியம் ஆய்ந்து பார்த்து அறிவித்திருக்கிறது.

"சாக்கடைகளையும் சுத்தப்படுத்தியது வெள்ளம் நதிகளையும் சாக்கடையாக்குகிறோம் நாம்"

என்று தேசிய மாசுக் கட்டுப்பாட்டு வாரியத்தின் ஆய்வறிக்கைக்கு முன்னதாகவே கவிதையொன்றை எழுதிக் கலங்கினார் கவிஞர் பிருந்தா சாரதி.

காலுக்குக் கீழே கிடப்பதுதான் நீர் எனும் அலட்சியம் உங்களுக்குள் எழும்போது தலைக்கு மேலும் இருக்கிறேன் நான் எனக் காட்ட வேண்டிய அவசியம் வருகிறது அதற்கு என்று தனது இன்னொரு கவிதையில் நீரின் மீது

நாம் காட்டுகின்ற அலட்சியம் குறித்தும், நீர் நம் மீது காட்டுகின்ற கோபத்தைக் குறித்தும் பதிவு செய்திருக்கிறார் அவர்.

நீரின் சிறப்புத் தன்மைகளையும், தாய்மைப் பண்புகளையும், பெருமைகளையும் புரிந்து கொள்ளாதவர்கள், அதன் கூர்மையை மட்டும் புரிந்து கொள்வார்களா என்ன? என்று லிங்குசாமியிடம் கேட்கத் தோன்றுகிறது நமக்கு.

நீரிடம் இருந்து கூர்மையை மட்டுமல்ல அதன் அனைத்து மேன்மைகளையும் கற்றுக்கொண்டு அதைக் கையாள வேண்டியவர்களாக நாம் இருக்கிறோம்.

'நீரின்றி அமையாது உலகு' என்பதை எப்போதுதான் புரிந்துகொள்ளுமோ 'நம்' உலகு!

8

முற்றத்து ஊஞ்சலில் ஒரு முறை கூட அமர்ந்து பார்த்ததில்லை அப்பாவை

"குறை சொல்லாதீர்கள். தீர்வைக் கண்டுபிடியுங்கள்" என்று சொல்லி அதையே தனது வாழ்வின் வெற்றிப் பிரகடனமாக நிரூபணம் செய்தார். ஃபோர்டு நிறுவன அதிபர் ஹென்றி ஃபோர்டு.

உழைப்பவர்கள் புதிது புதிதாகக் கண்டுபிடித்துக் கொண்டிருப்பார்கள், வெற்றிகளைக் கண்டெடுத்துக் கொண்டிருப்பார்கள். உழைப்பைத் தங்களது வாழ்க்கை முறையாகக் கொண்டு இயங்காதவர்களோ குறை சொல்வதையும் முரண் தேடுவதையுமே தங்களது முழுநேரப் பணிகளாகச் செய்து கொண்டிருப்பார்கள்.

முற்றத்து ஊஞ்சலில் ஒரு முறை கூட அமராத அப்பாவைத் தனது கவிதையின் வாயிலாக நமக்கு அறிமுகம் செய்திருக்கிறார் லிங்குசாமி. அந்த அப்பாவைத் தன் அப்பா என்று அவர் சொல்லவில்லை. அவர் வேறு யாரோ ஒருவரின் அப்பாவைச் சொல்லியிருக்கிறார் என்ற முடிவுக்கும் வரமுடியவில்லை. அப்பா என்று மட்டும் குறிப்பிட்டு, ஓயாமல் உழைக்கின்ற அனைத்து அப்பாக்களுக்கும் உரியதாக அந்தக் கவிதையைப் பொதுமைப்படுத்தியிருக்கிறார் லிங்குசாமி.

உழைப்பாளர்கள், கடும் உழைப்பாளர்கள், பேருழைப்பாளர்கள் என்று உழைப்பவர்களில் மூன்று வகையினர் உள்ளனர். உழைப்பவர்கள் அதற்கான ஊதியம்

பெறுவார்கள். கடும் உழைப்பாளர்கள் அவர்களது அந்த உழைப்பிற்கு ஏற்ப கூடுதல் வருவாயையும், நற்பெயரையும் பெறுவார்கள். பேருழைப்பார்களோ தங்களைச் சார்ந்த சமூக மக்களின் வாழ்வில் மாற்றங்களை ஏற்படுத்துகின்றவர்களாகவும், தங்களது பேருழைப்பால் புகழ் பெற்று விளங்குபவர்களாகவும், அடுத்தடுத்த தலைமுறையினருக்கான சான்றாதாரச் சாதனை மனிதர்களாகவும் விளங்குகிறார்கள்.

தங்களது குடும்பத்திற்காகவோ, தாங்கள் பணி செய்யும் நிறுவனத்திற்காகவோ அல்லது தாங்கள் வாழுகின்ற சமூகத்திற்காகவோ பேருழைப்பைச் செலுத்துகின்றவர்கள் எப்போதும் மற்றவர்களிடம் இருந்து தனித்துத் தெரிகிறார்கள். அவர்கள் மற்றவர்களின் பயணத்திற்கான பாதைகளை அமைக்கிறவர்களாக இருக்கிறார்கள். ஆனால், அதில் தாங்களும் பயணம் செய்து சுகம் காண்பதற்கான நேரம் அற்றவர்களாக இருக்கிறார்கள். அவர்கள் மற்றவர்கள் உண்பதற்கான உணவைக் கொடையளிப்பவர்களாக இருக்கிறார்கள். ஆனால், அவ்வுணவை தாங்களும் உண்டு மகிழ்வதற்கான விருப்பம் அற்றவர்களாக இருக்கிறார்கள். அவர்கள் எதையும் நிர்மாணிக்கிறவர்களாக இருக்கிறார்கள். ஆனால், தாங்கள் நிர்மாணித்த நிறுவனங்களில் அமர்ந்து அவற்றின் பயன்களையும் பெருமைகளையும் அடைய விரும்பாதவர்களாக இருக்கிறார்கள்.

முற்றத்து ஊஞ்சலில் ஒரு போதும் ஒய்ந்து அமராத, லிங்குசாமி வியந்து சுட்டிக்காட்டிய அந்த அப்பா அனேகமாக அந்த ஊஞ்சலை நிர்மாணித்தவராகத்தான் இருப்பார். நிறுவனங்களின் அதிகார நாற்காலிகளிலும், அசைந்தாடுகின்ற ஊஞ்சல்களிலும் அமர்ந்திருக்கின்றவர்களைக் கொஞ்சம் கூர்ந்து கவனித்தால், அவர்கள் தங்களது உடல் மொழியின் வாயிலாகவும், சொற்களின் வாயிலாகவும் அந்த நாற்காலிகளும்

ஊஞ்சல்களும் தாங்கள் நிர்மாணித்தவை அல்ல என்பதை நமக்கு வெகு எளிதாக நிரூபணம் செய்வார்கள்.

அமர்ந்து இளைப்பாறவும், உணவருந்தவும், ஓய்வெடுக்கவும் நேரமின்றி யாரோ சேர்த்துக் குவித்த சொத்துகளின் மீதமர்ந்து மேற் குறிப்பிட்ட மூன்று செயல்களையும் முழுமையாகச் செய்கின்றவர்கள் இன்று நம்மிடையே பல லட்சக்கணக்கில் இருக்கிறார்கள். இது நமது சமூகத்தின் மாபெரும் வீழ்ச்சி.

தங்களது முன்னோர்களின் உழைப்பால் சேர்க்கப்பட்டிருக்கின்ற சொத்துகளைத் தங்களது சொத்துகளாகக் கருதிக்கொண்டு சோம்பிக் கிடக்காமல், தங்களை நிரூபணம் செய்வதற்காக உழைக்கின்ற தலைமுறையினரையும், அவ்வாறு உழைப்பதிலும் உயர்வதிலும் தங்களது முன்னோர்களைக் கடந்தும் பயணிக்கின்ற தலைமுறையினரையும் நாம் நிறையவே பார்க்கிறோம். அதே நேரத்தில் "அவனுக்கு இருக்கின்ற பூர்வீகச் சொத்துகளை வைத்து ஏழு தலைமுறைகளுக்கு அவன் உட்கார்ந்தே சாப்பிடலாம்" என்று சொல்பவர்களையும் நாம் நிறையவே பார்க்கிறோம்.

உட்கார்ந்து சாப்பிடுவதற்கு வாய்ப்புள்ளவர்களைப் பற்றிய மற்றவர்களின் பெருமிதங்களும், அந்த வாய்ப்பைப் பெற்றிருப்பவர்களின் அத்தகையச் சுய பெருமைகளும் சமூக நோக்கில் ஆபத்தானவை, அருவருக்கத்தக்கவை. இன்று வெள்ளிக்கரண்டியோடு பிறந்தவர்களின் பாட்டன்கள் அனைவருமே வெறுங்கையோடுதான் பிறந்தார்கள் என்றுதான் "புதிய வெள்ளிக்கரண்டியான்கள்" சிந்திக்க வேண்டும், செயல்பட வேண்டும், உழைக்க வேண்டும்.

"துருப்பிடித்து அழிவதைவிட தேய்ந்து அழிவது மேலானது" என்பதுதான் என் பத்தாவது வயதில் நான் படித்த முதல் பொன்மொழி. இந்தப் பொன்மொழி அவ்வப்போது என் நினைக்கு வந்து எனக்குத் துருப்பிடித்துக்

கொண்டிருப்பதாக சில நேரங்களில் எச்சரிக்கை செய்யும். உழைக்கிறவர்கள் தேய்ந்து பளபளப்பாக மாறுகிறார்கள். தங்களைச் சார்ந்தவற்றைப் பளபளப்பாக மாற்றுகிறார்கள். உழைக்க மனமற்றவர்கள் துருப்பிடித்துப் போகிறார்கள். தங்களைச் சார்ந்தவற்றையும் துருப்பிடிக்கச் செய்து விடுகிறார்கள். உழைப்பவர்கள் அழகாக மாறுகிறார்கள். தங்களது வாழ்வின் சூழலை அழகானதாக மாற்றுகிறார்கள். இதையும் தாண்டிப் பொதுவாழ்வில் ஈடுபட்டுச் சமூகத்திற்காக உழைப்பவர்கள் பேரழகானவர்களாக மாறுகிறார்கள். தாங்கள் வாழுகின்ற சமூகத்தையும் பேரழகானதாக மாற்றுகிறார்கள்.

அவ்வகையில் பொதுவாழ்வின் பேரழகர்கள் உலகமெங்கும் வாழ்ந்தார்கள். இன்னமும் வாழ்ந்து கொண்டிருக்கிறார்கள். அவர்களால் பேரழகாக மாறிய இடங்களும், இப்போதும் அப்படி மாறிக் கொண்டிருக்கிற இடங்களும் உலகவெளியெங்கும் அவர்களின் பெருமைகளைச் சொல்லிச் சொல்லி மின்னிக் கொண்டிருக்கின்றன.

ஊஞ்சலில் அமர்ந்து ஆடுவதற்கு நேரமில்லாத உழைப்பாளிகள், ஆயிரமாயிரம் மனிதர்களின் உள்ளங்களில் அமர்ந்து ஆடுகின்றவர்களாகப் பரிணாமம் பெறுகிறார்கள். உண்ணவும் மறந்து உழைப்பவர்கள், ஆயிரமாயிரம் மனிதர்களுக்கான உயிராதார உணவாக மாறிப்போகிறார்கள். உழைப்பின் இயல்பு அது தனக்கென்று எதையும் எடுத்துக் கொள்ளாது என்பதும், எத்தனையோ வழிகளில் அது எல்லோருக்கும் கொடுத்துக் கொண்டிருக்கும் என்பதும்தான்.

ஊஞ்சலில் அமர்ந்து ஓய்ந்துவிடாமல், எப்போதும் உழைத்துக் கொண்டேயிருக்க வேண்டும் என்கிற இயல்பைக் கொண்டவர்கள் தங்களுக்கு நேருகின்ற கொடுமையான துயரங்களையே சமூகத்திற்கான முன்னேற்றங்களாக மாற்றி விடுகிறார்கள்.

மகாராஷ்டிரா மாநிலம், வாசிம் மாவட்டத்தில் உள்ள கலம் பேஷிவர் என்ற கிராமத்தைச் சேர்ந்த தாழ்த்தப்பட்ட தொழிலாளியான பாபுராவ் தாஜ்னி வழக்கம் போலத் தனது மனைவியுடன் சேர்ந்து சற்றுத் தொலைவில் இருக்கும் உயர் சமூகத்தைச் சேர்ந்த ஒருவரின் கிணற்றில் தண்ணீர் எடுக்கச் சென்றார். அப்போது அந்தக் கிணற்றின் உரிமையாளர் அவர்கள் இருவரையும் அவமானப்படுத்திப் பேசி தண்ணீர் எடுக்க அனுமதிக்காமல் திருப்பி அனுப்பிவிட்டார். இதை ஒரு சமூகப் பிரச்னையாக மாற்ற விரும்பாத பாபுராவ், உடனடியாக தனி ஆளாகத் தான் வாழுகின்ற பகுதியிலேயே ஒரு கிணறு தோண்ட ஆரம்பித்துவிட்டார். எல்லோரும் அவரது ரோஷத்தைக் கேலி செய்து பேசினார்கள். ஆனால் கொஞ்சமும் மனம் தளராத தினக் கூலியான பாபுராவ், காலையில் கூலி வேலைக்குப் போவதற்கு முன்பாக நான்கு மணி நேரமும், வேலைக்குப் போய் வந்தபின் இரண்டுமணி நேரமுமாக ஒரு நாளைக்கு ஆறு மணி நேரம் என்கிற கணக்கில் இடைவிடாமல் தொடர்ந்து தனிமனிதனாகக் கிணறு தோண்டியபோது சரியாக 40ஆம் நாள், தான் தோண்டிய கிணற்றில் பீறிட்டுப் பொங்கி வந்த நீரைப் பார்த்தார். இப்போது அந்த ஊர் மக்களுக்கு அவர் வெட்டிய கிணற்று நீர்தான் குடிநீராகப் பெருகி அவர்களது வாழ்வாதாரமாக மாறியிருக்கிறது.

உழைக்கத் துணிந்தவர்களுக்கு நேருகின்ற அவமானம் சமூகத்தின் முன்னேற்றமாக மாறும்.

பீஹார் மாநிலம், கயை பகுதியில் முஹ்ரா ஒன்றியத்துக்கு உட்பட்ட கெஹ்லவுர் என்ற கிராமத்தில் 1934ஆம் ஆண்டு பிறந்தவர் தஸ்ரத் மஞ்சி. ஏழை விவசாயியான இவரது மனைவி உடல் நலம் குன்றியபோது உரிய நேரத்தில் மருத்துவமனைக்குக் கொண்டு செல்ல முடியாமல் உயிரிழந்துவிட்டார். கெஹ்லர் கிராமத்தில் இருந்து மருத்துவமனைக்குச் செல்ல உரிய பாதை வசதி இல்லாமற்

போனதே அவரது மனைவி இறந்து போகக் காரணமாக இருந்தது. இந்த அவல நிலைக்கு ஒரு முடிவுகட்ட விரும்பிய அவர், 320 அடி நீளம், 30 அடி அகலம், 25 அடி ஆழம் எனும் கணக்கில் ஒரு பெரிய மலையைத் தனி மனிதனாக நின்று குடைந்து பாதை அமைத்தார். 1960ஆம் ஆண்டு அவர் தொடங்கிய அந்தப் பணி 1982ஆம் ஆண்டு வரை அதாவது 22 ஆண்டுக்காலம் நீடித்தது. இறுதியாக மலையைத் தன்னந்தனி ஆளாகப் பிளந்து வெட்டிப் பாதை அமைப்பதில் அவர் வெற்றி பெற்றுவிட்டார். இப்போது, அந்தக் கிராம மக்கள் மருத்துவமனைக்கும் மற்ற இடங்களுக்கும் பயணிக்க வேண்டிய தூரம் 55 கிலோ மீட்டரில் இருந்து 15 கிலோ மீட்டராகக் குறைந்து விட்டது. தனித மனிதனாக நின்று இதைச் சாத்தியமாக்கிக் காட்டிய தஸ்ரத் மஞ்சி ‘மலை மனிதர்’ என்று எல்லோராலும் கொண்டாடப்படுகிறார். இந்திய அளவில் பிரபலங்களாக இருப்பவர்கள் அவரைத் தேடிச் சென்று வணங்கி வாழ்த்து பெற்று வந்தார்கள். 2007ஆம் ஆண்டு மலை மனிதர் தஸ்ரத் மஞ்சி மறைந்தபோது அரசு மரியாதையுடன் பீஹார் அரசு அவரது இறுதிச் சடங்குகளைச் செய்தது.

உழைக்கத் துணிந்தவர்களுக்கு ஏற்படுகின்ற இழப்புகள் சமூகத்திற்கான முன்னேற்றமாக மாறும்.

நமது தமிழ் நாட்டுக்கு வருவோம். தச்சுத் தொழிலாளியான மணிகண்டன் கடந்த 2003ஆம் ஆண்டு தனது தொழிலின் பொருட்டுக் கோவில்பட்டிக்கு வந்திருந்தார். அவர் தனது வேலையில் தீவிரமாக மூழ்கியிருந்த போது அவருடன் வந்திருந்த அவரது மூன்று வயது மகன் தினேஷ்பாபு ஆழ்துளைக் கிணறு ஒன்றில் விழும் தருவாயில் நல்வாய்ப்பாகக் காப்பாற்றப்பட்டுவிட்டான். நிலைக் குலைந்து போன மணிகண்டன், தன் மகன் பிடி நழுவி ஆழ்துளைக் கிணற்றில் விழுந்து விட்டிருந்தால்

என்று நினைத்து நினைத்து நெஞ்சம் நடுங்கியபடி இதற்கு ஒரு தீர்வு காண வேண்டும் என்று முடிவு கட்டினார்.

அதன்பிறகு மூன்றாண்டுக் காலம் சிந்தித்து, திட்டமிட்டு, உழைத்து ஒரு வழியாக ஒரு கருவியை வெற்றிகரமாக உருவாக்கிவிட்டார். அந்தக் கருவி ஆழ்துளைக் கிணறுகளில் விழுந்து விடுகிற குழந்தைகளைக் காப்பாற்றிவிடுகின்ற ரோபோ கருவி.

இப்போது அந்தக் கருவி ஆழ்துளைக் கிணறுகளில் விழுந்துவிடுகின்ற குழந்தைகளைக் காப்பாற்றிக் கொண்டிருக்கிறது. தச்சு தொழிலாளியான மணிகண்டன் கண்டுபிடித்த அந்த ரோபோவுக்குக் கடந்த 2006ஆம் ஆண்டு விருதும் அங்கீகாரமும் அளித்திருக்கிறது சென்னை ஐ.ஐ.டி. நிறுவனம். 2007ஆம் ஆண்டு மணிகண்டனைப் பாராட்டிச் சான்றளித்தார் தூத்துக்குடி மாவட்ட ஆட்சியர்.

உழைப்பாளிகள் தங்களுக்கு நேருகின்ற துயரங்கள் எதுவும் இந்தச் சமூகத்திற்கு நேர்ந்துவிடக் கூடாது என்று கருதி உழைத்துக் கொண்டேயிருப்பார்கள்.

உழைப்பாளிகளுக்காகக் காலமெல்லாம் காற்றிலாடிக் கொண்டு காத்திருக்கின்ற ஊஞ்சல்கள் அழகானவை. அவற்றில் ஒரு போதும் உட்கார மனமின்றி உழைத்துக் கொண்டிருக்கின்ற அப்பாக்கள் அழகானவர்கள்.

உண்மைதானே லிங்குசாமி!

9

மொட்டைப் பனை மரத்தில் தோகை விரித்தபடி மயில்

இலக்கியங்களில் அழகியலை வலியுறுத்துகின்ற கோட்பாட்டினைக் கொண்டவரா நீங்கள்? அப்படியெனில், மயில் தோகை போலவே விரிந்து விரிந்து அசைந்தாடி உங்களின் இலக்கியச் சுவையுணர்வுக்குப் பெருவிருந்து படைக்கக்கூடியது இந்தக் கவிதை.

மனையில் ஆடாமல், மொட்டைப் பனையின் முனையில் நின்று தோகை விரித்து அசைந்தபடி அமர்ந்திருக்கின்ற ஒரு மயில், கிளைகளற்ற மரமொன்றின் தலையைச் சமன் செய்து காட்டுகின்ற அந்தக் காட்சி, இலக்கிய அழகியலின் பேருச்சம் என்பதை மறுப்பதற்கில்லை. என்றாலும்கூட, அந்த அழகியல், அச்சமூட்டுகின்ற ஓர் ஆபத்தாகத்தான் என் கண்முன் விரிகிறது.

பட்டுப்போய் காய்ந்து நிற்கின்ற மரத்தின் கிளைகளைப் பச்சைக் கிளிகள் சமன் செய்வதும், நீரற்ற நதியின் நெடிய மணற்பாதையை கானல் நீர் சமன் செய்வதும், கார்காலத்திலும் தண்ணீர் சொரியாத மேகங்கள் அற்ற வானத்தை நச்சு ஆலைகளின் புகைமேகம் சமன் செய்வதுமாக இயற்கை மாறிப்போகிறதென்றால் பூமியிலிருக்கின்ற உயிரினங்களின் மரபுவழிப் பயணம் ஆபத்தான ஒரு முடிவை நெருங்கிக் கொண்டிருக்கிறது என்பதுதானே பொருள்?

மொட்டைப் பனைமரத்தில் தோகை விரித்து அமர்ந்த மயில் எதையும் சமன் செய்யவில்லை. யாருக்கும் அழகியலைக் காட்டவில்லை. மாறாக அது எச்சரிக்கை செய்கிறது. நிகழ்கால உலகின் இயற்கை வளங்கள் நிர்மூலமாகிக் கொண்டிருப்பதைத் தனது தோகையின் வாயிலாக வி(வ)ரித்துக் காட்டுகிறது. ஒருவேளை அந்த தேசியப் பறவை மொட்டையாகவும், முண்டமாகவும் மாற்றப்பட்டுவிட்ட எமது மாநில மரத்தின் மீது நின்று பகடி செய்து களி நடனம் புரிகின்றதோ என்று கருதியும் கவலை கொள்கிறேன் நான்.

கண்ணுக்கெட்டிய தூரம்வரை வானில் உயர்ந்து வளர்ந்து நிற்பதும், ஆயிரம் ஆண்டுகளுக்கும் மேலாக வாழக்கூடியதுமான பாவோ பாப் மரங்கள் ஆப்பிரிக்கக் கண்டத்தின் தொன்மையான இயற்கை அடையாளங்களாக இருப்பதைப்போல், தமிழ் மண்ணின் பழம்பெருமைகள் மிக்கத் தொன்மை அடையாளங்களாக நிமிர்ந்து நிற்பவை, பல கோடிக்கணக்கான நமது பனை மரங்கள்.

உலகம் முழுவதும் பதினைந்து கோடிக்கும் மேற்பட்ட பனை மரங்கள் உள்ளன. மேற்கு ஆப்பிரிக்க நாடுகளிலும், ஆசியாவில் இந்தியா, இலங்கை, மலேசியா, மியான்மர், தாய்லாந்து, இந்தோனேஷியா, சீனா போன்ற நாடுளிலும் பனைமரங்கள் பரவி நிமிர்ந்து நிற்கின்றன. இதில் என்ன சிறப்புச் செய்தியென்றால், உலகம் முழுவதும் மொத்தமுள்ள பதினைந்து கோடிப் பனைமரங்களில் பத்துகோடி மரங்கள் இந்தியாவில் உள்ளன என்பதும், இதிலும் ஒரு பெருஞ்சிறப்பு என்னவென்றால், இந்தியப் பனைகளில் பாதி அளவான ஐந்து கோடி பனைமரங்கள் நமது தமிழ் மண்ணில் இருக்கின்றன என்பதுதான். காரணம், பனையின் தாயகம் நமது தமிழகம்!

மூங்கில், தென்னை, கரும்பு போன்றவற்றுடன் பனையும் புல்லினங்களின் வகையைச் சேர்ந்தவொரு மரமாக

வேளாண் அறிஞர்களால் வரையறை செய்யப்பட்டிருக்கிறது. ஆனாலும்கூட, புல் இனத் தாவரங்கள் அனைத்தையும் தாண்டிப் பல நூறு மடங்கு பயன்தரக் கூடியவை மாறுபட்ட உறுதிகளோடு வளருகின்ற உயிர்தன்மை கொண்டவை, பனைமரங்கள்தான். பனை மரங்கள், நூற்றுக்கும் மேற்பட்ட கூறுகளில் உணவு வகையாகவும், மருந்துகளாகவும், வாழ்க்கைக்கான சூழல் நலத் தோழமைகொண்ட பயன்பாட்டுப் பொருள்களாகவும் பயன் தருகின்றன.

திணைத்துணை நன்றிசெயினும் பனைத் துணையாக்
கொள்வார் பயன்தெரி வார் *(குறள் 104)*

தினையளவே ஒருவன் உதவி செய்தாலும், அவ்வுதவி பனையளவு பயன் அளித்ததாகக் கருதுகின்ற நன்றியுணர்வு மனிதர்களுக்கு இருக்க வேண்டும் என்று எழுதுகிற அளவுக்குப் பனையின் பயன்கள் வள்ளுவரையும் பெருமிதம் கொள்ளச் செய்துள்ளன. தனது முதல் படைப்பான ஆனந்தம் திரைப்படத்தில், காதல் பாடல் ஒன்றிற்கான காட்சிகளில் லிங்குசாமி பதிவுசெய்து காட்டிய பேரழகான அந்தப் பனைமரக்காடு இப்போது எப்படியிருக்கிறது என்றும், இருக்கிறதா என்றும் தெரியவில்லை.

ஏனெனில் நிகழ்காலத் தமிழ்நாட்டின் மனைவணிகத்தில், முதற் பலியாக வளர்ந்த மண்ணிலேயே வெட்டி வீழ்த்தப்படுபவை பனை மரங்கள்தான். இந்தக் கொடுஞ்செயல் ஒரு கலாசாரமாகவே மாறிவிட்டது. பழந்தமிழ் இலக்கியங்களில் பெருமைக்குரிய ஒரு பாடுபொருளாக இடம்பெற்றிருப்பவை பனைமரங்கள்தான். பலநூற்றுக்கணக்கான தமிழ் இலக்கியங்களைத் தங்களது மார்புகளில் பதிவு செய்துகொண்டு அவற்றை அடுத்தடுத்த நமது தலைமுறைகளுக்குக் கற்கக் கொடுத்தவை பனையோலைகள்தான்.

தினையளவு உதவிக்குப் பனையளவு நன்றியை நினைக்கச் சொன்ன வள்ளுவரின் கூற்றுக்கு நேர்மாறாக, தினையளவு நன்றியைக் கூட பனைகளுக்குச் செலுத்தாதவர்களாக மாறிப் போயிருக்கிறோம் நாம். பனைகளின்மீது நன்றியுணர்வு கொண்டவர்களாக இருந்திருந்தால், தமிழகத்தில் கடந்த *45* ஆண்டுகளில் பல்வேறு வகையில், இரண்டு கோடி பனைமரங்களை நாம் இழந்திருக்க மாட்டோம். இலங்கையின் தமிழ் மண்ணில் பல்லாயிரக்கணக்கான பனை மரங்களைக் கொன்று கொளுத்தியது அந்நாட்டு ராணுவம். தமிழ்நாட்டில் தமிழர்களின் அலட்சியமும், அறியாமையும், தொன்மைமிக்கத் தங்களது தாவரங்களைப் பற்றி அறிவின்மையும், செங்கற் சூளைகளும் அந்த வேலைகளைச் செய்து வருகின்றன. தமிழகம், புதுச்சேரி, கேரளம், ஆந்திரம், கர்நாடகம் ஆகிய தென்னிந்திய மாநிலங்களுக்கெல்லாம் பனைப் பொருளாதாரப் பயிற்சிகளை அளிக்கும் வகையில் *1971*ஆம் ஆண்டில் மத்திய அரசினால் கடலூரில் அமைக்கப்பட்ட மண்டலப் பனைப்பொருள் பயிற்சி மையம் சுமார் *5* ஏக்கர் நிலத்தில் உரிய கட்டட வசதிகளோடு இயங்கிக் கொண்டிருந்தது. இலங்கையைச் சேர்ந்தவர்கள்கூட சிறப்பு அனுமதி பெற்று இம்மையத்தில் பயிற்சி பெற்றனர். பல நூற்றுக்கணக்கான பனைத் தொழில் முனைவோர் இந்நிறுவனத்தின் பயிற்சிகளால் உருவாக்கப்பட்டார்கள்.

*2001*ஆம் ஆண்டுக்குப் பிறகு மத்திய அரசு இந்நிறுவனத்திற்குத் தரவேண்டிய நிதியை நிறுத்தி இந்நிறுவனத்தை முடக்கி வைத்துவிட்டது. பாழடைந்து புதர்மண்டிக் கொண்டிருக்கின்ற இந்நிறுவனம் இன்றைக்கு உயிர்ப்போடு இயங்கவில்லை. மொட்டையாகிப்போன அந்த நிறுவனத்தின் மீதமர்ந்து எந்த மயிலும் கருணை காட்டவில்லை. தமிழகமும் அதைப் பற்றி அலட்டிக்கொள்ளவில்லை, அக்கறை காட்டவில்லை.

பனை சார்புத் தொழில் நிறுவனங்கள் வேண்டிய அளவுக்குத் தோற்றுவிக்கப்படாமல் போனதாலும்,

பனைத் தொழிற் பயிற்சி நிலையங்கள் பாழ்பட்டுப் போனதாலும், பனைப் பொருளாதாரப் பயன்களை யாரும் உணராமற் போனதாலும், பனையின் பத நீரை விட புட்டியில் பொங்குகிற ரசாயன பானங்கள் தமிழர்களுக்கு இனிப்பதாலும், பனையின் பல்வேறு வகையான, ரசாயனங்களற்ற இயற்கையான இனிப்பு வகைகள் தமிழர்களுக்குக் கசப்பாகக் குமட்டிக் கொண்டு வருவதாலும், மனைவணிகம் பனைமரங்களை பலியாகக் கேட்பதாலும், செங்கற் சூளைகள் பற்றியெறிய பனை மரங்களே மலிவாகக் கிடைப்பதாலும், இவற்றுக்கெல்லாம் மேலாகப் பனைகளின் பலநூறு பெருமைகளை பனை மண்ணின் மைந்தர்களாகிய தமிழர்களே உணராமற் போனதாலும் கவனிப்பாரற்ற அனாதைகளாக்கப்பட்டு, வேக வேகமாக வீழ்த்தப்பட்டுக் கொண்டிருக்கின்றன, நமது பனை மரங்கள்.

கேட்பாரற்றும், வாழ்வழிந்தும், தலையிழந்தும், துயரத் தூண்களைப் போல நின்று கொண்டிருக்கின்ற நமது பல லட்சக்கணக்கான மொட்டைப் பனை மரங்கள், தங்களின் வாழ்வுரிமையைக் கேட்டு நம்மிடம் வேண்டுகின்றன. அவற்றின் கண்ணீர்க் கோரிக்கையைத் தோகை விரித்துப் பறைசாற்றுகிறது, அதன் உச்சியில் அமர்ந்த லிங்குசாமியின் மயில். என்ன செய்யலாம் நாம்?

●

10

பதித்த எல்லாத் தடங்களும் அடுத்த அலைவரைதான்

"இந்த உண்மையை மட்டும் சரியாக உணர்ந்து கொண்டால் மனிதகுலத்துக்கு எப்போதும் எந்தச் சிக்கலும் வராது. உலக உயிரினங்களில் மனித இனத்துக்கு மட்டுமே தங்களது தடங்களைப் பதிக்கிற ஆசையும் வெறியும் உண்டு. தாங்கள் தடம் பதித்தாக வேண்டும் என்கிற வெறியில் செயல்பட்டு அடுத்தவர்கள் பதித்துள்ள தடங்களை அழிப்பதும், தன் சக மனிதர்கள் எந்தத் தடத்தையும் பதித்துவிடாமல் தடுப்பதும் சில மனிதர்களின் குருதியில் ஊறிப்போன கொள்கைகளாக உள்ளன.

கடலின் கரையோரத்து அலைகள், கரை மணலில் பதிந்திருக்கும் தடங்களை அழிக்கின்ற வேகமும், அழித்த பின்பு அந்த அலைகள் திரும்பிச் செல்கின்ற நிதானமும் ஒவ்வொரு முறையும் ஏதோ ஓர் உண்மையை நமக்கு உணர்த்துகின்றன.

கால் தடங்களை மட்டுமல்ல, கரையோர மனிதர்களின் வாழ்விடங்களைக் கூட இருந்த இடம் தெரியாமல் அழித்துவிட்டுத் திரும்பிச் செல்கின்றன கடலின் அலைகள். அப்படித்தான் சுனாமி என்கிற பெயரிலான ஒற்றைப் பேரலை, 10,000 கிலோமீட்டர் நீளத்திற்கும் அதிகமான கடற்கரையோர வாழ்விடங்களைத் தடங்களை சர்வசாதாரணமாக அழித்துவிட்டுப் போனது.

பதிக்கப்பட்ட பல்வேறு வகையான தடங்களை மட்டுமல்ல, அந்தத் தடங்களைப் பதித்தவர்களையும்கூட காலத்தின் அலைகள் அழித்துவிடுகின்றன.

கடலின் அலைகள் ஒவ்வொரு முறையும் தன் கரை மணலில் பதிக்கப்பட்ட தடங்களை அழித்துவிட்டுச் செல்வதாக லிங்குசாமி எழுதியிருப்பது ஒரு பொருத்தமான குறியீடு. அந்தக் குறியீட்டைக் கடலுக்கு அப்பால் மற்ற இடங்களிலும் கூட பொருத்திப் பார்த்துக் கொள்ளலாம். அவ்வகையில், மனிதர்களால் பதிக்கப்படுகின்ற தடங்களும், அவற்றையெல்லாம் அழிக்க வருகின்ற அலைகளும் வேறு வேறு உருவங்களை கொண்டவையாக இருக்கின்றன.

தான் ஜெயித்துவிட்டதாகச் சொல்லிக் கொண்டு, ஒருவன் போடுகின்ற கூச்சல்களுக்கும், அவன் ஜெயித்துவிட்டதாகச் சொல்லி மற்றவர்கள் போடுகின்ற கூச்சல்களுக்கும் அதிவிரைவில் ஏதோ ஓர் அலை வந்து முடிவு கட்டி மெழுகிவிட்டுப் போய்விடுகிறது.

மனிதர்கள் தங்களது செயல்பாடுகளால் சமூகத்தில் பதிக்கின்ற தடங்களில் இரண்டு வகைகள் உள்ளன. இதில் முதல் வகைத் தடங்களாக இருப்பவை, அந்த மனிதர்கள் தங்களது சக மனிதர்களின் மேன்மைகளுக்காகப் போராடியும், உழைத்தும் பதிக்கின்ற சாதனைத் தடங்கள். இரண்டாம் வகைத் தடங்களாக இருப்பவை, சில மனிதர்கள் தங்களது சுக போகங்களுக்காக, தங்களது வசதி வாய்ப்புகளுக்காகப் பதித்துக் கொள்கின்ற சுய நலத் தடங்கள். இவையிரண்டில் சக மனிதர்களின் மேன்மைகளுக்காகப் பதிக்கப்படுகின்ற சாதனைத் தடங்களே காலத்தின் அலைகளில் அழியாமல் மனித குல வரலாறு நெடுகிலும் ஏதோவொரு வகையில் பயணித்துக் கொண்டேயிருக்கின்றன. அவை அடுத்தடுத்த தலைமுறையினர் பின்தொடர்ந்து பயணிக்க விரும்பும் தடங்களாகவும் அமைகின்றன.

சுயநலச் சித்தாந்திகளால் பதிக்கப்படுகின்ற தடங்கள் வேக வேகமாக முடிவுக்கு வருகின்றன, அவை வரலாற்றின் பார்வையில் இழிவாகப் பார்க்கப்படுகின்றன, பின்பற்றக் கூடாத தடங்கள் என்று இளம் தலைமுறையினருக்கு எச்சரிக்கைகளாகக் காட்டப்படுகின்றன.

இந்திய விடுதலைப் போராட்டக் களங்கள் நாடு முழுவதும் பற்றியெரிந்த காலக்கட்டங்களில் தங்களைத் தக்க வைத்துக் கொண்டு வாழ்வதற்காக ஆங்கிலேயர்களிடம் குழைந்து பணிந்தவர்கள், தங்களது அந்த நோக்கத்தில் வெற்றி பெற்றார்கள். ஆனால் அவர்கள் பதித்த எல்லாத் தடங்களும் இன்றளவும் அவமானத் தடங்களாகவே பார்க்கப்படுகின்றன. அதே நேரத்தில் நமது மண்ணின் விடுதலைக்காக ஆங்கிலேயர்களை எதிர்த்துப் போராடியவர்களில் ஆயிரக்கணக்கான போராளிகள் கொடூரமான முறைகளில் அழித்தொழிக்கப்பட்டார்கள். ஆனால் அவர்கள் பதித்த அந்தப் போராட்டத் தடங்கள் யாவும் இப்போது இளம் தலைமுறையினரின் நன்றிக்குரிய பாடங்களாகி நிலைபெற்றுள்ளன.

தமிழகத்தின் தென்பகுதியில் கண்டமனூர் ஜமீன்தாரர்களாக, மக்களிடம் விதம் விதமாக வரி வசூல் செய்து ஏகபோக ராஜ வாழ்க்கையை நடத்திய ராமகிருஷ்ண நாயக்கர், அரவது மகன் சாமியப்ப நாயக்கர், அவரது மகன் கதிர்வேல்சாமிப் பாண்டியன் நாயக்கர் எனப் பெயர் பூண்ட மைனர் பாண்டியன் ஆகிய மூவரும் தேனி வட்டாரத்தைச் சுற்றியுள்ள ஊர்களையெல்லாம் வளைத்துப் போட்டுக் கொண்டு வாழ்ந்த வாழ்க்கையையும், அவர்கள் தங்களது நிர்வாகத்தின் கீழ் அப்பகுதிகளில் பதித்த சுயநல வாழ்க்கையின் தடங்களையும் நான் நேரிலேயே போய் பார்த்தேன். நான் அங்கு செல்வதற்கான தீவிரமான தூண்டுகோலாக அமைந்தது ஆனந்த விகடன் வெளியிட்ட, பத்திரிகையாளர் பொன்ஸீ (வடவீரபொன்னையா) எழுதிய வருச நாட்டு ஜமீன் கதை என்ற நூல்.

தாங்கள் வாழ்வதற்காக மற்றவர்களின் தடங்களையெல்லாம் அழித்துத் தங்களது ஏகபோகத் தடங்களைப் பதிப்பவர்கள், வரலாற்றின் பார்வையில் எங்கே நிறுத்தப்படுவார்கள் என்பதற்கு கண்டமனூர் ஜமீன் பரம்பரையே கண்கண்ட காட்சியாகி என் கண்முன் நிற்கிறது. கண்டமனூர் ஜமீன் மட்டுமல்ல, நமது நாட்டின் கண்ட கண்ட இடங்களில் எல்லாம் இப்படிப்பட்ட ஜமீன்கள் நிறையவே இருந்தன.

இப்போது கண்டமனூர் ஜமீன் மாளிகை சிதிலமடைந்து இடிபட்டுச் சின்னாபின்னமாகிக் கிடக்கிறது. அதன் எஞ்சிய பகுதிகளில் ஏற்றுமதிக்கான முருங்கைக் காய்களையும், முருங்கைக் கீரைகளையும் பதப்படுத்திக் கொண்டிருக்கிறார்கள். குதிரைகள் நீர் அருந்துவதற்காக செதுக்கப்பட்ட கல்தொட்டியில் இப்போது உள்ளூர்த் தெரு நாய்கள் சுகமாகப் படுத்துத் தூங்கிக் கொண்டிருக்கின்றன. யானைகள் கட்டி வைக்கப்பட்டிருந்த 'கொட்டம்' இப்போது வைக்கோல் போர் அமைக்கும் இடங்களாக மாறியுள்ளன. எங்கெங்கோ எல்லைக் கற்களாக நடப்பட்டிருந்த அந்த ஜமீன் நிலப்பரப்பின் கற்களையெல்லாம் பிடுங்கிக் கொண்டு வந்து அந்த மாளிகையின் வாசல் ஓரத்தில் செல்லாக் கற்களாக அடுக்கிக் கிடத்தியிருக்கிறார்கள்.

அந்த மாளிகைக்குப் பக்கத்திலேயே இன்னொரு மாளிகை இடித்துத் தகர்க்கப்பட்டு கரடுமுரடான ஒரு மைதானம் போல் காட்சியளிக்கிறது. அந்த மைதானத்தில் வேளாண் தொழிலாளர்கள் தானியக் கதிர்களைக் காய வைத்துக் கொண்டிருக்கிறார்கள். "இவ்வளவு பெரிய திடல் எப்படி அமைந்தது?" என்று பொன்ஸீயிடம் கேட்கிறோம். "இப்போது இது திடல். ஆனால் இங்கே "வாணி விலாசம்" என்ற பெயரில் ஒரு பெரிய மாளிகை இருந்தது.

அந்த மாளிகையை, ஜமீன்தார் சாமியப்ப நாயக்கர் தன் ஆசை நாயகியாக ஆந்திரப் பகுதியில் இருந்து அழைத்துக் கொண்டு வந்த ஜனகாம்பாள் என்ற நடன அழகிக்காகக் கட்டிக் கொடுத்தார். உனக்காகக் கட்டப்பட்ட இந்த மாளிகைக்கு நீதான் பெயர் வைக்க வேண்டும் என்றும் அவர் ஜனகாம்பாளைக் கேட்டுக் கொண்டார். கொஞ்சமும் யோசிக்காத ஜனகாம்பாள் உடனடியாக 'வாணி விலாசம்' என்று ஒரு பெயரைச் சொல்ல, அந்த மாளிகைக்கு அந்தப் பெயரே சூட்டப்பட்டது.

கலைவாணி என்பது ஜனகாம்பாள் தன் இல்லற வாழ்வில் பெற்றெடுத்த பெண் குழந்தையின் பெயர். சாமியப்ப நாயக்கரின் ஆசை நாயகியாக மாறியதும் அந்தக் குழந்தையைத் தன் கணவனிடமே விட்டுவிட்டு வந்துவிட்டார் ஜனகாம்பாள். பின்னொரு நாள் ஜனகாம்பாளின் கணவன் வெங்கடேசுவரலு அந்தக் குழந்தையை அழைத்துக் கொண்டு தன் மனைவியைத் தேடி கண்டமனூர் ஜமீனுக்கு வந்து விசாரித்த போதுதான் இந்த உண்மை ஜமீன்தார் சாமியப்ப நாயக்கருக்குத் தெரிய வந்தது.

ஜனகாம்பாளை ஆசை நாயகியாக ஊர் அறிய வைத்துக் கொண்டிருக்கும் போதுதான், ஜமீன்தாருக்கு அவரது உறவுக்காரப் பெண்ணான வேலுத்தாயம்மாவுடன் முறைப்படி முதல் திருமணம் நடந்தது. பிற்காலத்தில் ஜமீன்தாரின் மனைவி வழிச் சகோதர முறையைச் சேர்ந்த கண்ணலு சாமி நாயக்கர் என்பவர், இந்த மாளிகையில்தான் ஜனகாம்பாளைச் சுட்டுக் கொன்றார். அதாவது தனது மகள் கலைவாணியின் நினைவாகத் தான் பெயர் சூட்டிய இந்த வாணி விலாசத்தில் தான் ஜனகாம்பாள் சுட்டுக் கொல்லப்பட்டார்" என்று நிறுத்தினார் பொன்ஸீ. நான் கொஞ்சம் தண்ணீர் வாங்கிக் குடித்துவிட்டு ஓரமாக உட்கார்ந்து விட்டேன். பொன்ஸீ தொடர்ந்தார்.

“ஜமீன்தார் சாமியப்ப நாயக்கரின் மகனான கதிர்வேல்சாமிப் பாண்டியன் என்கிற மைனர் பாண்டியன் அழகழகான பெண்களைத் தூக்கிச் சென்று பாலியல் வன்முறை செய்வதையும், ஏழை எளிய மக்களை எதன் பொருட்டேனும் சவுக்கால் அடித்து விளாசுவதையும் தனது வழக்கமாக கொண்டிருந்தார். அவர் ஆடிய ஆட்டம் கொஞ்ச நஞ்சமல்ல. பிற்காலத்தில் அதீதமான தொழுநோயால் பாதிக்கப்பட்டு, அடுத்த வேளை உணவுக்கும் வழியின்றி அவர் இறந்து போனார். அவரது தாத்தாவும், தந்தையும் அடக்கம் செய்யப்பட்ட கண்டமனூர் வைகை ஆற்றங்கரையோரத்தில் மைனர் பாண்டியனை அடக்கம் செய்ய ஜமீன் குடும்பத்தினர் முயன்றனர். ஆனால் ஊர் மக்கள் அதற்குக் கடும் எதிர்ப்பு தெரிவிக்கவே அவரது உடல் அங்கிருந்த ஒரு பாறையின் மீது வைத்து எரியூட்டப்பட்டது. அவரது சாம்பலைக் கூட விட்டு வைக்காமல் வள்ளல் நதி என்று பெயர் பெற்ற அந்த வைகை நதி கழுவிக் கொண்டு போய்விட்டது. அதாவது அவர் எரியூட்டப்பட்ட பிறகு வந்த வைகையின் அடுத்த அலையிலே அவரது தடம் அடித்துக் கொண்டு போய்விட்டது.

மேற்குத் தொடர்ச்சி மலையின் பழங்குடி மக்களாக விளங்கிய பளியர் இன மக்களின் சொத்துகளையும், நிலபுலன்களையும் பறித்துக் கொண்டதோடு அவர்களைக் கொடூரமாக அடக்கி ஒடுக்கிய ஜமீன்தார் ராமகிருஷ்ண நாயக்கர், பளியர் இன மக்களின் சாபத்துக்கும், கோபத்துக்கும் ஆளாகி மனம் குலைந்து போனார். தனது வாழ்வின் கடைசிக் காலங்களில் கொஞ்சமும் மன நிம்மதியற்றுத் தவித்த அவர், பழநிமலை முருகனைத் தரிசித்து ஆறுதல் பெறுவதற்காக அங்கே போயிருந்தபோது பல்லக்கில் அமர்ந்தபடியே இறந்து போனார்.

சுகபோக வாழ்க்கையில் பெருங்கடனாளியாகவும், நோயாளியாகவும் மாறிய ஜமீன்தார் சாமியப்ப நாயக்கர்,

உடல் நலத்துக்குக் சிகிச்சை பெறவும், கடன் சிக்கலுக்கு, திருவாங்கூர் சமஸ்தானத்தின் நிதிஉதவி பெறவும், உத்தமபாளையம் மக்கா ராவுத்தர் வீட்டுக்குச் சென்றபோது அங்கேயே இறந்து போனார்.

கட்டுப்பாடுகள் ஏதுமற்றவராக வன்முறைகள் மிகுந்த காமக் களியாட்டங்களை நடத்திக் கொண்டு ஒரு பெருஞ்சண்டியராக வலம் வந்து கொண்டிருந்த 'மைனர் பாண்டியன்' என்கிற ஜமீன்தார் கதிர்வேல்சாமிப் பாண்டியன் தன் இளம் வயதிலேயே அதீத தொழுநோயாளியாக மாறி, அடர்ந்த வனப்பகுதியான வேலப்பர் மலைக்கோயில் குகையில் பசியும் பட்டினியும் நிறைந்த பிச்சை வாழ்வு வாழ்ந்து இறந்து போனார்.

இதையெல்லாம் ஏன் சொல்கிறேன் என்றால், அரண்மனை போன்ற ஒரு பெரிய மாளிகையை தங்களுக்காக கட்டிக் கொண்ட அந்த ஜமீன் பரம்பரையில், ஒருவர் கூட தங்களுடைய அந்த அரண்மனையில் சாகவில்லை என்பதைத் தெளிவுபடுத்தத்தான்" என்று சொல்லி நிறுத்திக் கொண்டார் பொன்ஸீ. எனது சிந்தனைகள் கிளைக்கத் தொடங்கின.

தன் அதிகார வளையத்துக்கு உட்பட்டு வாழ்ந்து வந்த ஏழை எளிய மக்களை ஒடுக்கியும், ஒழித்துக்கட்டியும் ஓர் ஏக போகச் சுக வாழ்க்கையை வாழ்ந்த ஜமீன்தார் ராமகிருஷ்ண நாயக்கரின் காலக்கட்டமும், அதே பகுதியில் சற்றுத் தள்ளி தன் சொத்துச் சுகங்களையெல்லாம் துறந்து, நூற்றுக்கணக்கான தொழிலாளர்களின் உயிர்களைத் தியாகம் செய்து முல்லைப் பெரியாறு அணையைக் கட்டிக் கொண்டிருந்த கர்னல் பென்னிகுயிக் அவர்களின் காலக்கட்டமும் ஒன்றுதான்.

வரலாறு பென்னிக்குயிக்கைத் தான் வாழ்த்திக் கொண்டிருக்கிறது. அவருடன் சேர்ந்து அந்த அணையைக் கட்டுகின்ற பணியின்போது பசியிலும், பட்டினியிலும்,

நோய்களிலும் உயிர்துறந்த தொழிலாளர்களை வணங்கிக் கொண்டிருக்கிறது. முல்லைப் பெரியாறு அணையின் நீர் பாய்கின்ற கம்பம் பள்ளத்தாக்கு முழுவதும் பிறக்கின்ற பல நூற்றுக்கணக்கான குழந்தைகளுக்கு 'பென்னிகுயிக்' என்று பெயர் சூட்டி மகிழுகின்ற நன்றிமிக்க ஒரு பண்பாட்டை அப்பகுதி மக்கள் இன்றளவும் முன்னெடுத்துக் கொண்டிருக்கிறார்கள்.

அற்ப மனிதர்கள் பதித்த அவலத்தடங்களை, அடுத்த அலை வந்து அழித்துவிட்டுப் போய்விடுகிறது.

அற்புதமான மனிதர்களின் ஆக்கப்பூர்வமானத் தடங்களை அடுத்த அலை மட்டுமல்ல, அடுத்தடுத்து வருகின்ற அலைகளும் வணங்கிவிட்டுப் போகின்றன.

●

11

ஆற்று வெள்ளம்
அள்ளிக்கொண்டுபோகிறது
மணல் லாரிகளை

மணலோடு வெள்ளம்
கரைபுரண்டு போகிறது
நேஷனல் ஜியாகரபி சேனலில்,
மணல் லோடு லாரிகளே
வெள்ளம்போல் போகின்றன
எங்கள் ஆறுகளில்

என்று கவியரங்கத்திற்கான கவிதையொன்றில் நான் எழுதியிருந்தேன். அந்தக் கவிதை ஆற்றுமணல் கொள்ளையைப் பற்றிய என் கவலை. லிங்குசாமியின் இந்த எழு சொல் கவிதையோ அறவுணர்வில் வெடித்து விழுந்த ஒரு பெருஞ்சாபம்.

நிகழ்கால இயற்கையின் கொடும் பகைவர்களுக்கு நமது கவலைகளை விடவும், கண்டனங்களை விடவும், அறம்பாடி அழிக்கின்ற சாபங்களும் போர்ப்பிரகடனப் பாடல்களும்தான் தேவைப்படுகின்றன. கண்களுக்கெதிரே நடக்கின்ற பெருங் கொடுமைகளைத் தடுக்க முடியாத இயலாமைகளே சாப ஒலிகளாக வெடித்துக் கிளம்புகின்றன. கிராமப்புறங்களில் எல்லாவற்றையும் இழந்து ஏமாற்றப்பட்டு நிற்கும் முதியவர்களுக்குச் சாபமிடுவது மட்டுமே சாத்தியப்படுகிறது.

பகைவர்களுக்கு எதிராகப் போர்முரசு கொட்டியும், பெரும் பள்ளங்களில் வீழ்ந்து கிடப்போர்க்கு புதிய புதிய

நம்பிக்கைகளை ஊட்டியும், குழம்பிக் கிடப்போரைத் தெளிவுபடுத்தியும், உயிர் பறிக்க வருகின்ற எமனாகவே இருந்தாலும், அவனை காலருகே வாடா உன்னை மிதிக்கிறேன் என்றும் கவிதைகளை எழுதிய மகாகவி பாரதி, படித்தவர்கள் இரண்டகமும், ஏமாற்றுத் தனங்களையும் செய்யும் போது மட்டும் ஏதும் செய்ய முடியாத கையறு நிலையில்,

படிச்சவன் சூதும் பாவமும் பண்ணினால்
போவான், போவான், ஐயோவென்று போவான்

என்று குடுகுடுப்பைக்காரன் வாயிலாகச் சாபமிட்டுக் குமுறுகிறான். சாபங்கள், சபிக்கப்படுவோரின் மனநிலையைக் கலக்கமடையச் செய்கின்ற உளவியல் சார்ந்த அறவாயுதங்களாடும். ஆற்று வெள்ளம் மணல் லாரிகளை அள்ளிக் கொண்டு போவதாகக் கற்பனை செய்து கவிதையெழுதுகிற லிங்குசாமியும் இங்கே சாபக் கவியாகிக் குமுறுகிறார்.

இயற்கையின் தலைகளை அறுத்தெடுப்பதைப் போன்றது மரங்களடர்ந்த வனங்களை மழிப்பது.

இயற்கையின் எலும்புகளை ஒடித்து நொறுக்குவதைப் போன்றது மலைகளைக் குவாரிகளாக்குவது.

இயற்கையின் ரத்தத்தை உறிஞ்சியெடுப்பதைப் போன்றது பூமிக்குள் விதம் விதமான குழாய்களை இறக்குவது.

இயற்கையின் சுவாசக் காற்றில் விஷம் கலப்பதைப் போன்றது நச்சுப் புகையை வான் வெளியில் படர விடுவது.

இயற்கையின் தசையை ரத்தம் சொட்டச் சொட்ட வெட்டியெடுப்பதைப் போன்றது ஆறுகளின் மணலையெல்லாம் அன்றாடம் ஆயிரக்கணக்கான லாரிகளில் அள்ளிக் கொண்டு போவது.

இவை மட்டுமல்ல, இப்படியாக இன்னும் இன்னும் நீண்டு கொண்டே இருக்கின்றன, பூமியில் இயற்கைக்கு எதிராக மனிதர்கள், அதுவும் கற்றறிந்த அறிவியல் உலகின் மனிதர்கள் நடத்திக் கொண்டிருக்கின்ற போர்கள்.

மானுட நெறிகள் சார்ந்த வாழ்க்கையின் அறக் கோட்பாடுகள் மீதும், இயற்கையின் மீதும் படித்தவர்கள் செய்கின்ற சூதுகளும், பாவங்களும் பாரதியின் காலத்திற்குப் பிறகு பல நூறு மடங்கு பெருகிப் போயிருக்கிறது என்பதே பெருங்கசப்பான உண்மை.

பிரபஞ்ச வெளியில் பேரழகும் பெருஞ்சிறப்புகளுடைய, பல்லுயிர்ச் சூழல் நலம் கொண்ட ஒற்றைக் கோளமாக விளங்கி, தானும் சுழன்று, சூரியனைச் சுற்றிவருகின்ற பூமிக்கு இரண்டு சிறப்புகள் உண்டு. ஒன்று, அது தனது நிலத்திலும் நீரிலும் தாவரங்களையும், உயிரினங்களையும் வளர்த்துக் கொடுக்கும். மற்றொன்று, பல்வேறு வகையான திட, திரவ, கனிமக்கூறுகளைத் தனக்குள் நிரந்தரமாக வைத்துக் கொண்டிருக்கும். முதல் வகைச் சிறப்பில் தாவரங்களையும் உயிரினங்களையும் மனிதகுலம் தனது தேவைக்கு மீண்டும் மீண்டும் பயன்படுத்திக் கொண்டேயிருக்கலாம். அவை மீண்டும் மீண்டும் மறு உற்பத்தியாகிக் கொண்டே இருக்கும். இரண்டாம் சிறப்பின் நிலை அப்படியல்ல. அவை களவாடப் பட்டால் பூமியால் அவற்றை மீண்டும் உற்பத்தி செய்து கொள்ள முடியாது. மணலும், மலையும், பல்வேறு வகையான திட, திரவ, வாயு போன்ற கனிமங்களும் அப்படிப் பட்டவைதான். அவ்வகையில் இயற்கையின் பல லட்சக்கணக்கான ஆண்டுகளில் நீரோட்ட இயக்கத்தில் படிப்படியாக உருவானவையே ஆற்று மணல் என்னும் நிலத்தடி நீராதார அற்புதமாகும். தண்ணீரின் பெரும் பாய்ச்சலுக்கு உகந்த படுக்கைகளாக அமைந்து எளிதாக அதை நகர்த்திச் செல்வதும், கரைகளின் தாவரங்களை

உயர்ந்தோங்கி வளரச் செய்து பிற உயிரினங்கள் அங்கு வாழ வழி வகுப்பதும் ஆற்று மணல்தான்.

அப்படிப்பட்ட ஆற்று மணலைத்தான் தமிழக ஆறுகளில் இருந்து ஒரு நாளைக்கு ஏறக்குறைய 90,000 லாரிகளில் அள்ளிக் கொண்டு போகிறார்கள். தமிழகத்தில் தாமிரபரணி, வைகை ஆகிய இரண்டு ஆறுகள் மட்டும்தான் மேற்குத் தொடர்ச்சி மலையின் தமிழ்நாட்டு எல்லைக்குள்ளேயே உற்பத்தியாகின்றவையாகும். மற்ற ஆறுகள் மேற்குத் தொடர்ச்சி மலைகளின் உற்பத்திகளாக அண்டை மாநிலங்களில் இருந்து தமிழ்நாட்டுக்குள் பாய்கின்றன. பேராறுகளும், சிற்றாறுகளும், கிளை ஆறுகளுமாகத் தற்போது மொத்தம் 33 ஆறுகள் நமது தமிழ்நாட்டில் பரவிப் பிரிந்து பாய்ந்து கொண்டிருக்கின்றன. இந்த 33 ஆறுகளிலும் இருந்தும் ஒவ்வொரு நாளும் பல்லாயிரக்கணக்கான லாரிகளில் மணல் கரையேறிக் காணாமல் போய்க் கொண்டிருக்கிறது.

தமிழக ஆறுகளில் மணல் எடுப்பதற்கு 28 வகையான விதிமுறைகள் உள்ளன. இவற்றில் ஒன்று கூட நடைமுறையில் பின்பற்றப்படுவதில்லை. ஆறுகளில் இருந்து ஒரு கைப்பிடி மணலைக்கூட எடுக்கக்கூடாது என்பதுதான் விதியாக இருக்க வேண்டுமே தவிர, 28 விதிகளின்படி மணல் எடுக்க வேண்டும் என்பது என்ன வகையான விதிமுறையோ தெரியவில்லை.

நிலப்பரப்பில் தமிழகத்திவிட சிறிய மாநிலமான தமிழக மக்கள் தொகையில் பாதியளவு, கொண்ட, கேரள மாநிலத்தில் ஆறுகளின் எண்ணிக்கை மட்டும் அதிகம். மொத்தம் 45 ஆறுகள் அம்மாநிலத்தில் பாய்கின்றன.

ஆனால் அம்மாநிலத்தில் எந்த ஆற்றில் இருந்தும் ஒரு கைப்பிடி அளவு மணலைக் கூட அள்ள முடியாது. அம்மாநிலத்திற்கான மணல் தமிழ்நாட்டிலிருந்து தான் போகிறது. மேலும் கட்டுமானத் தேவைகளுக்கு மணலைச்

சார்ந்திருக்காத தொழில் நுட்பத்திற்கு அம்மாநில மக்கள் மாறிக் கொண்டனர்.

தமிழ்நாட்டில்தான் ஆறுகளின் மணலைக் கொள்ளையடித்து யாரோ ஒரு சிலர் கொழுத்துக் கொண்டிருப்பது ஒரு கலாசாரமாகவே மாறிப் போயிருக்கிறது. அடி ஆழம் வரைச் சுரண்டி ஆற்று மணலை அள்ளிக் கொண்டு தார்ச் சாலைகளில் விரைகிற லாரிகளில் இருந்து கசிகின்ற நீர், மரணமடைந்து கொண்டிருக்கின்ற ஆறுகளின் கடைசிக் கண்ணீர்த் துளிகளன்றி வேறென்ன?

ஒரு காலம் விரைந்து வரும் லிங்குசாமி! அப்போது நமது தமிழகத்தின் அத்தனை ஆறுகளிலும் பெருக்கெடுத்துப் பாய்ந்து வரும் வெள்ளம், நட்டாற்றில் நின்று மணலை நிரப்பிக் கொண்டிருக்கின்ற அத்தனை லாரிகளில் இருந்தும் தன்னுடைய மணலையெல்லாம் எடுத்துக் கொள்ளும். லாரிகளை? கொல்லும்!

●

12

குழந்தைகள் விளையாடும்
மரத்தடியில்
பழத்தை நழுவவிடுகிறது
அணில்

வெகுவாக என்னைக் கவர்ந்த லிங்குசாமியின் கவிதைகளில் இதுவும் ஒன்று. ஒரு மரம், அந்த மரத்தின் கீழ் விளையாடிக் கொண்டிருக்கின்ற சிறுவர்கள், அந்தச் சிறுவர்களுக்காக அம்மரத்தின் பழம் ஒன்றை நழுவவிடுவதாகப் பார்க்கப்படுகின்ற அணில் என்று இக்கவிதையின் ஒவ்வொரு சொல்லும் பெரும்பொருளை உள்ளடக்கிப் புடைத்துக் கொண்டிருப்பதை அடிக்கடி நான் நினைத்துக் கொள்வேன்.

இந்தக் கவிதையில் இடம்பெற்றுள்ள அனைத்துக் கூறுகளும் உயிர்த்து இயங்கக் கூடியவையாக இருக்கின்றன. இந்தக் கவிதையில் உட்பொதிந்துள்ள நான்கு வகையான பாத்திரங்களின் கூறுகளில் உயிரற்றவை என்று எதுவொன்றும் இல்லை.

இயற்கை நடத்துகின்ற ஓர் அழகான திருவிழாவாகக் காட்சிப்படுத்தப்பட்டுள்ள இந்தக் கவிதையைக் கண்களை மூடிக் கொண்டு காதுகளாலும் பார்க்கலாம். காதுகளை மூடிக்கொண்டு கண்களாலும் கேட்கலாம். காதுகளாலும் கண்களாலும் ஒரே நேரத்தில் உற்றுக் கேட்டும், கண்டும் உயிர்ச் சிலிர்ப்பு அடையலாம். இதுதான் இந்தக் கவிதையின் தனிப்பெரும் அழகியல் சிறப்பு என்று நான் கருதுகிறேன். மேலும் நமது சமூகத்தின் அனைத்துக் குழந்தைகளுக்கும் தேவைப்படுகின்ற மரங்கள் அடர்ந்த இயற்கையான

நிழற்சூழலையும், அங்கே அவர்களுக்குள் நிகழ வேண்டிய ஆரவாரக் கூச்சல்களோடு கூடிய மகிழ்ச்சிகரமான விளையாட்டுகளையும், அவர்கள் அடிக்கடி உண்ண வேண்டிய இயற்கையின் கொடைகளாக விளங்குகின்ற பழங்களையும், அணில் போன்ற இயற்கையின் சக உயிரினங்கள் மீது அவர்களுக்கு ஏற்படவேண்டிய மனப்பிணைப்பையும் இந்தக் கவிதை சமூகத்தின் தரப்புக்கு உணர்த்துவதாகவும் நான் கருதுகிறேன்.

ஒரு வகையில், நமது குழந்தைகளின் மேன்மைக்காகச் சமூகத்தின் பார்வைக்கு வைக்கப்பட்டுள்ள கோரிக்கையாகவும் இந்தக் கவிதையை மதிப்பிடலாம். இந்த உலகின் மிகச் சிறந்த இன்னிசையாக ஒலிப்பது, கூடி விளையாடுகையில் குதூகலமாகக் குரல் எழுப்புகின்ற குழந்தைகளின் குரலோசைதான். அந்தக் குரலோசை அண்மைக் காலங்களில் வேக வேகமாக அருகி அருகி மறைந்து கொண்டிருக்கிறது.

ஒரு சமூகத்தின் அறிவு நாகரிகத்தையும், ஆக்கப்பூர்வமான மேன்மைகளையும் அறிந்து கொள்ள வேண்டும் என்றால், அந்தச் சமூகத்தில் குழந்தைகளும் முதியவர்களும் எப்படி இருக்கிறார்கள், குடும்ப உறவுகளாலும் சமூகத்தாலும் அவர்கள் எப்படி நடத்தப்படுகிறார்கள் என்பதைக் கவனித்தால் போதும். அந்தச் சமூகத்தின் தரம் மிக எளிதில் நமக்குப் புலப்பட்டுவிடும். குழந்தைகளும், முதியவர்களும் தாங்கள் வாழுகின்ற ஒரு சமூகத்தில் எந்த அளவுக்கு மன உளைச்சலை அடைகிறார்களோ, அதன் விளைவாக எந்த அளவுக்கு அவர்கள் கண்ணீர் விட்டுக் கதறி அழுகிறார்களோ அந்த அளவுக்கு அச்சமூகம் பாழ்பட்டுக் கிடக்கிறது என்பதே உண்மை.

பள்ளிக் கூடங்களிலும், வீடுகளிலும் குழந்தைகள் பாடம் படிக்கிற ஓசைகளைக் கேட்க முடிகிறது. ஆனால் அவர்கள் ஆடிப் பாடி விளையாடுகின்ற ஓசைகளைக்

கேட்க முடியவில்லை. வீதிகளிலும், வீடுகளிலும் தனக்குத் தானே பேசிக்கொண்டு பாடுபட்டுக் கொண்டிருக்கின்ற முதியவர்களைப் பார்க்க முடிகிறது. ஆனால் அவர்கள் பூங்காக்களிலும் சுற்றுலாப் பயணங்களிலும் தங்களின் மகிழ்ச்சியை வெளிப்படுத்திக் கொண்டு நடமாடுவதைப் பார்க்க முடியவில்லை. வயது மூப்பின் காரணமாக உறவுகளாலேயே ஒதுக்கப்பட்டவர்கள், சுற்றுலா உரிமைகள் மறுக்கப்பட்டவர்கள், வீடுகளில் இருந்து வெளியேற்றப்பட்டவர்கள், சுய உணர்வு மேலிட தங்களின் வீடுகளில் இருந்து தாங்களாகவே வெளியேறி வீதிகளுக்கு வந்தமர்ந்து விட்டவர்கள் என்று கோடிக்கணக்கான முதியவர்கள் இன்று நம்மிடையே இருக்கிறார்கள். அவர்கள் பல்வேறு கேள்விகளோடு வருவோர் போவோரையெல்லாம் வெறித்துப் பார்த்துக் கொண்டிருக்கிறார்கள்.

முதியவர்களாக இருப்பவர்கள் தங்களது குடும்பத்துக்கும் சமூகத்துக்கும் பயன்பட்டுவிட்டவர்கள், இனிமேல் எதற்கும் பயன்படமுடியாதவர்கள், இதுதான் இன்றைய மனித வாழ்க்கை முறையின் இயல்பு என்றால், வேட்டையாடமுடியாத நிலைக்குத் தள்ளப்பட்டுவிட்ட சிங்கத்தைக் கைவிட்டுவிட்டுப் போய்விடுகிற சிங்கக் கூட்டத்திற்கும் மனிதர்களுக்கும் என்னதான் வேறுபாடு? முதியவர்களை விடுங்கள். எதிர்காலத்தில் குடும்பத்திற்கும் சமூகத்திற்கும் பயன்பட வாய்ப்புள்ள வளரிளம் பருவத்துக் குழந்தைகளையாவது இந்தச் சமூக அமைப்பு முழுப் பொறுப்புடன் பாதுகாத்து வளர்க்கிறதா என்றால் அப்படியும் இல்லைதானே!

பெற்றோரின் கனவுகள், பிதுங்கப் பிதுங்கத் திணிக்கப்பட்ட குப்பைத் தொட்டிகளாகவும், பெற்றோரின் பராமரிப்புகள் ஏதுமின்றிக் கைவிடப்பட்டுவிட்டத் தெருவோரக் குப்பைத் தொட்டிகளாகவும் நமது குழந்தைகள் வதைக்கப்பட்டுக் கொண்டிருக்கின்றனர். இக்கூற்றுக்குப் பொருந்தாத

சில விதிவிலக்குகள் இருக்கலாம். ஆனால் பொதுவிதி மேற்குறிப்பிட்ட மாதிரிதான் இருக்கிறது.

உலக அளவில் சுமார் 10 கோடிக் குழந்தைகள் தெருவோரக் குழந்தைகளாக வாழ்கின்றனர். அவர்களில் பெரும்பகுதியினர் ஆப்பிரிக்க, ஆசிய கண்டங்களின் நாடுகளைச் சேர்ந்தவர்கள் என்கிறது ஐக்கிய நாடுகள் சபையின் யுனிசெஃப் நிறுவனம். பெற்றோரின் பாதுகாப்பையும், அவர்களின் பொருளாதாரப் பாதுகாப்பையும் பெற்ற குழந்தைகளுக்குக் கூட இங்கே சமூகப் பாதுகாப்பு என்பது மிகப் பெரிய கேள்விக்குறியாக இருக்கிறது. இந்நிலையில் எவ்விதமான பாதுகாப்பும் இல்லாத ஆதரவற்ற தெருவோரக் குழந்தைகளின் நிலை சொல்லித் தெரிய வேண்டியதில்லை. அப்படிப்பட்ட குழந்தைகளில் பெரும்பான்மையினர் கடத்தப்படுகிறார்கள், குற்றச் செயல்களில் ஈடுபடுத்தப்படுகிறார்கள், ஆடு மாடுகளைப் போல் விற்பனை செய்யப்படுகிறார்கள். இவை மட்டுமல்ல இப்படியாக இன்னும் பல்வேறு வகையில் அவர்கள் அனுபவித்து வருகின்ற அவலங்களின் பட்டியல் நீளமானது.

இரவு நேரங்களில், பெருநகரங்களின் தெருவோரங்களில் குடும்பம் குடும்பமாக கிடைக்கிற இடத்தில் உறங்கிக் கொண்டிருக்கின்ற கூலித் தொழிலாளர்களின் குழந்தைகளுக்குக் குறைந்த பட்ச பாதுகாப்பு கூடக் கிடையாது. கடந்த 2011 முதல் 2015ஆம் ஆண்டுவரை ஐந்து ஆண்டுகளில் தமிழ்நாட்டில் 14,169 குழந்தைகள் கடத்தப்பட்டு அவர்களில் 14,174 குழந்தைகள் காவல் துறையினரால் மீட்கப்பட்டுள்ளனர். கடத்தப்பட்ட குழந்தைகளில் 9,660 பேர் அதாவது மூன்றில் இரண்டு பங்கு பெண் குழந்தைகள். ஏனெனில் சமூக விரோதிகளுக்குப் பெண் குழந்தைகளே அதிக அளவில் தேவைப்படுகின்றனர். தமிழ்நாட்டில் அதிகஅளவில் குழந்தைகள் கடத்தப்படுவது தலைநகரமான சென்னையில்தான் நடக்கிறது.

“எங்களது ஒன்பது மாத பெண் குழந்தையை எனது முந்தானையில் முடிச்சு போட்டுக் கட்டி வைத்துக் கொண்டு படுத்துக் கொண்டிருந்தேன். நள்ளிரவில் என் சேலையை அறுத்துவிட்டுக் குழந்தையைத் தூக்கிக் கொண்டு போய்விட்டார்கள். எனக்கு அரசாங்கம் பணம் எதுவும் தர வேண்டாம். என் குழந்தையைக் கண்டுபிடித்துக் கொடுத்தால் போதும்” என்று காவல் துறையினரிடம் கை கூப்பிக் கதறியழுதார், வால்டாக்ஸ் சாலை பிளாட்பாரத்தில் கடந்த 10 ஆண்டுகளுக்கும் மேலாக வாழ்ந்து கொண்டிருக்கின்ற லட்சுமி எனும் வீட்டு வேலை செய்கிற ஒரு பெண்மணி. கடந்த 2016ஆம் ஆண்டு பிப்ரவரி மாதம் தனது குழந்தையை அவ்வாறு பறிகொடுத்துக் கதறியழுத அவருக்கு அவரது குழந்தை கிடைத்ததா... அல்லது சமுகத்தின் ஆறுதல் கிடைத்ததா என்று தெரியவில்லை.

இது சான்றுக்கான ஒரு சம்பவம் மட்டும்தான். குழந்தைகளுக்கு எதிரான இதுபோன்ற உண்மைச் சம்பவங்கள் பல்லாயிரக்கணக்கில் குற்ற வழக்குகளாகியுள்ளன. கடத்தப்படுகின்ற குழந்தைகளில் பெரும்பகுதியை படாதபாடுபட்டு நமது காவல்துறையினர் மீட்டு விடுகின்றனர். அதே வேளையில் என்றைக்கும், எங்கேயும், யாராலும் கண்டுபிடிக்க முடியாமல் போய்விடுகின்ற குழந்தைகள் வெறும் பெயர்ப்பட்டியல்களாக மட்டுமே நமது விசாரணை அமைப்புகளின் அலமாறிகளில் ஆவணப்படுத்தப்படுகின்றனர். இந்நிலைக்குக் காரணம், குழந்தைகளைக் கடத்துகின்ற கொடூரன்களுக்கு இருபத்தி நான்கு மணி நேரமும் அது ஒன்று மட்டுமே வேலையாக இருக்கிறது. அவர்களால் கடத்தப்பட்ட குழந்தைகளைக் கண்டுபிடித்துத் தர வேண்டிய நமது காவல் துறையினருக்கோ மற்ற வேலைகளோடு சேர்ந்து அதுவும் ஒரு வேலையாக இருக்கிறது என்பதுதான். எனவே மனித கடத்தல்

மற்றும் காணாமல் போகிறவர்களைக் கண்டுபிடிப்பதற்கு என்று தனியாக ஒரு ஒரு துறையை ஏற்படுத்த வேண்டும் என்று குற்றவியல் ஆய்வாளர்கள் அரசுக்குக் கோரிக்கை வைத்திருக்கின்றனர்.

2017ஆம் ஆண்டு செப்டம்பர் மாதத்தில் இருந்து 2018 செப்டம்பர் வரைக்கும் இந்திய ரயில் நிலையங்களின் பிளாட்பாரங்களில் இருந்து மட்டும் 20,000 குழந்தைகள் ரயில்வே பாதுகாப்புப் படையினரால் மீட்கப்பட்டுள்ளனர். மேலும் இந்திய ரயில் நிலையங்களின் பிளாட்பாரங்களில் இருந்து மீட்கப்படுகின்ற வருகின்ற குழந்தைகளின் எண்ணிக்கை ஆண்டுதோறும் ஆயிரக்கணக்கில் உயர்ந்து கொண்டிருக்கிறது. குழந்தைகளை நமது சமூகம் எப்படி வைத்திருக்கிறது என்பதற்கு இதுதான் உண்மையான சான்று. இது ரயில் நிலையங்களின் கணக்கு மட்டும்தான். பேருந்து நிலையங்கள், கடற்கரைப் பகுதிகள் மற்றும் பொது இடங்களில் இருந்து மீட்கப்படுகின்ற குழந்தைகளின் எண்ணிக்கை தனிக்கணக்கு. இவற்றுக்கெல்லாம் அப்பாற்பட்டுக் குழந்தைகள் காணாமல் போகிற கணக்குகள் பல வகையில் பெருகிக் கொண்டிருக்கின்றன.

குழந்தைகளுக்கு எதிராக அரங்கேறிக் கொண்டிருக்கின்ற இதுபோன்ற நூற்றுக்கணக்கான துயரங்களின் பின்புலத்தில் இருந்து, குழந்தைகள் விளையாடிக் கொண்டிருக்கின்ற மரத்தடியில் பழத்தை நழுவவிடுகின்ற அணிலை நாம் பார்க்கிறோம். அதியற்புதமான இந்த காட்சி லிங்குசாமி தற்செயலாகக் கண்டதாகவும் இருக்கலாம், அல்லது அது அவரது கற்பனையாகவும் இருக்கலாம். எப்படியிருந்தாலும் நான் ஏற்கெனவே சொன்னதுபோல இந்தக் கவிதையை, குழந்தைகளின் நலன் விழைந்து சமூகத்திற்கு வைக்கப்பட்டிருக்கின்ற கோரிக்கையாகவே நான் பார்க்கிறேன். இக்கவிதை முதன்மையாக மூன்று கோரிக்கைகளை முன் வைக்கிறது.

முதலில், குழந்தைகள் ஓடியாடி விளையாட ஏதுவாக உயர்ந்தோங்கிய நிழல் மரங்கள் நிறைந்த பசுமையான இடங்கள்.

இரண்டாவதாக, அணில்கள், பட்டாம்பூச்சிகள், பறவைகள் போன்ற இயற்கையின் உயிரினங்களை அதிக அளவிலும், அருகேயும் பார்த்துப் பார்த்து ரசித்துத் தங்களது சக உயிரினங்களான அவற்றுடன் ஒரு பெரும் பிணைப்பை ஏற்படுத்திக் கொண்டு அவர்கள் வாழக் கூடிய சூழல். மூன்றாவதாக, அவர்களுக்குக் கிடைக்க வேண்டிய சுவையான, தரமான, தேவையான உணவு.

இந்த மூன்று வகையான தேவைகளும் முறையாக நிறைவேற்றப்பட்டால் மட்டும்தான் நமது குழந்தைகள், குழந்தைகளுக்கான இலக்கணப்படி வளருவார்கள். இதில் ஒரு வேதனை என்னவென்றால் நமது நிகழ்காலத்தில், பள்ளிகளில் படிக்கின்ற குழந்தைகளுக்குக் கூட இந்தத் தேவைகள் எட்டாக்கனிகளாகவே இருக்கின்றன என்பதுதான். இந்நிலையில், தெருவோரக் குழந்தைகளின் கதியை நாம் எளிதாகப் புரிந்து கொள்ள முடியும்.

உண்ண உணவு, உயிர் வாழப் பாதுகாப்பு, ஓடியாட விளையாட்டு என்கிற இந்த மூன்று கோரிக்கைகளே நமது நாட்டில் பிறந்துவிட்ட கோடிக்கணக்கான குழந்தைகளின் கோரிக்கைகளாகும். குழந்தைகளே கேட்பாரற்றவர்களாகக் கிடக்கிற நமது சமூகத்தில், அவர்களின் கோரிக்கைகளும் கேட்பாரற்றுக் கிடப்பதில் வியப்பில்லைதான்.

கேட்பாரற்ற குழந்தைகளின் கடைசிப் புகலிடம் அவர்களுக்கான காப்பகங்கள் தான். ஆனால் நாடு முழுவதும் உள்ள 2,874 காப்பகங்களில் வெறும் 54 காப்பகங்கள் மட்டுமே குழந்தைகளுக்கான ஓரளவு பாதுகாப்பான காப்பகங்களாக இருக்கின்றன என்கிறது குழந்தைகள் உரிமைப் பாதுகாப்பு தேசிய ஆணையத்தின் ஆய்வறிக்கை. இது தொடர்பான வழக்கு ஒன்றில் இந்த

அறிக்கையை மேற்கோள் காட்டி "குழந்தைகள் காப்பகங்களின் நிலை தொடர்பான அறிக்கை அச்சுறுத்துகிறது" என்று சொல்லி அதிர்ந்திருக்கிறார்கள், நமது உச்சநீதிமன்ற நீதிபதிகள். இதுதான் இன்றைய நமது குழந்தைகளின் உண்மையான நிலை.

மரத்தடியில் குழந்தைகள் விளையாடுவதும், அவர்களுக்காக ஓர் அணில் தன் பழத்தை நழுவ விடுவதும் உங்களின் தூய மனத்தில் எழுந்த பேரழகான கனவு. என்றாலும், என்றேனும் ஒரு நாள் உங்களின் அந்தக் கனவு நிறைவேறியே தீரும் லிங்குசாமி.

●

13

என் மிச்ச ரேகைகள்
எங்கள் ஊர்
ஆலம் விழுதுகளில்

"தாங்கள் படித்துவிட்ட படிப்புக்கேற்ற வேலையைத் தேடிப் படிப்பாளிகளும், வேளாண்மையின் முதுகு ஒடிக்கப்பட்டு அத்தொழில் பொய்த்துப் போகச் செய்யப்பட்டதால் விவசாயிகளும் குடும்பம் குடும்பமாகத் தங்களது கிராமங்களைவிட்டு வெளியேறிக் கொண்டிருக்கிறார்கள்.

ஆக, இன்றைய நமது தமிழ்நாட்டின் கிராமங்கள் மெல்ல மெல்ல வெறிச்சோடிக் கொண்டிருக்கின்றன, அங்கிருந்து வெளியேற முடியாதவர்களின் முகாம்களைப் போலவும் அவை மாறிக்கொண்டிருக்கின்றன. அதே வேளையில் பண வசதிகளோடும், படை பரிவாரங்களோடும், அதிகார மிடுக்குகளோடும் கிராமங்களை நோக்கிப் படையெடுப்போரின் எண்ணிக்கையும், கிராமப்புறங்களின் நிலப்பரப்புகளையெல்லாம் எதன் பொருட்டேனும் வளைத்து வளைத்து வாங்கிப் போடுவோரின் எண்ணிக்கையும் பெருகியிருக்கிறது.

அந்த ஊரில் நான் கூட ஒரு நாலு ஏக்கர் வாங்கிப் போட்டிருக்கிறேன். அவன் கூட அதற்குப் பக்கத்து ஊரில் ஏழு ஏக்கர் வாங்கிப் போட்டிருக்கிறான். அரசுத் திட்டத்திற்காக அதற்கு அடுத்த ஊரில் ஆயிரம் ஏக்கர்களைக் கயிறு பிடித்து அளந்து கையகப்படுத்திருக்கிறார்கள். என்றெல்லாம், நமது தமிழகக் கிராமப்புறங்களில் வேளாண் நிலப்பரப்புகள் வேறு

வேறு பயன்பாடுகளுக்காக வளைக்கப்பட்டு வருவதைப் பற்றிய குரல் ஒலிகளை இப்போதெல்லாம் நிறையவே கேட்க முடிகிறது. இவற்றையெல்லாம் விடக் கொடூரமாக "சும்மா வாங்கிப் போட்டு வை கிடக்கட்டும்" என்கிற ஒரு குரலையும் நாம் அடிக்கடி கேட்கிறோம். நிலத்தின் தாய்மைப் பண்பையறிந்தவர்களும், வேளாண் தொழிலின் உன்னதங்களை உணர்ந்தவர்களும் வேக வேகமாக அருகி வருவதையே இக்குரல்கள் நமக்கு எடுத்துரைக்கின்றன.

வேறு வேறு பயன்பாடுகளுக்காக, அல்லது யாரோ சிலரது தொழிற் தினவுகளுக்காகப் பலி கொடுக்கப்பட்ட வேளாண் நிலங்கள், மறுபடியும் எந்தக் காலத்திலும் வயல்வெளிகளாக மாறப் போவதில்லை, அவற்றில் தங்கக் கொலுசுகளைப் போன்று தலைசாய்க்கின்ற நெற்கதிர்களை நாம் இனிமேல் காணப்போவதில்லை என்று நினைக்கும்போதே நமக்குப் படபடப்பு கூடுகிறது.

தங்களது மண் பரப்புகளையும், தனித்தன்மைகள் மிக்க அவற்றின் வளங்களையும் எதன்பொருட்டேனும் யார் யாருக்கோ பறிகொடுத்து விட்டு அவற்றின் நினைவுகளோடு பெரு நகரங்களில் அலைந்து கொண்டிருக்கின்ற அனைவருமே சூழ்நிலைகளின் கைதிகளாக இருக்கின்றனர். நீர்நிலையின் சேற்று அடிவாரத்தில் இருந்து மேலெழுகின்ற நீர்க் குமிழிகளைப் போல, அவர்களின் நினைவுகளில் இருந்து அவ்வப்போது அவர்களது கிராமப்புறங்களின் நினைவுகள் மெல்ல மெல்ல மேலெழுகின்றன. அவற்றைச் சொல்ல முடிந்தவர்கள் ஈடுபாட்டோடு சொல்லிக் கொண்டிருக்கிறார்கள். எழுத இயன்றவர்களோ அவற்றையெல்லாம் எழுதி இலக்கியங்களாக்கி விடுகின்றனர். அப்படி எழுதப்பட்ட இலக்கியங்களில் ஒன்றாகத்தான், உள்ளங்கைகளில் காணாமல் போயிருக்கின்ற தன்னுடைய ரேகைகள், சொந்த ஊரின் ஆலமர விழுதுகளில் இருப்பதாக எழுதியிருக்கிறார் லிங்குசாமி.

வளரிளம் பருவத்தில் உயர்ந்தோங்கி வளர்ந்திருக்கின்ற ஆலமரங்களின் விழுதுகளில், அதுவும் நீர் நிலைகளின் கரையோரங்களில் இருக்கின்ற ஆலமரங்களின் விழுதுகளில் உள்ளங்கை கன்றிச் சிவக்க ஊஞ்சலாடி ஊளையிட்டு மகிழ்ந்தவர்களுக்குத்தான் இந்தக் கவிதையின் பெரும்பொருள் புரியும்.

ஆலம் விழுதுகளைப் பிடித்துக் கொண்டுக் காற்றில் ஆடுகின்ற குழந்தைகளையும், அவர்களை நீர்நிலையில் விழ வைத்து விளையாடிக் களிக்கின்ற விழுதுகளையும் நான் பார்த்திருக்கிறேன். சில விழுதுகள் தன்னைப் பற்றிக் கொண்டு ஆடுகின்ற பிள்ளைகளை நீர் நிலையில் வீசியெறிவதைப் போல அந்தக் காட்சி புலப்படும்.

ஆலமரங்கள் மண் வளமையின் அடையாளம். அவற்றில் வந்தமர்ந்தும், கூடு கட்டியும் வாழ்ந்து கூச்சலிடுகின்ற பறவைகள் பலவிதமாக இருக்கும். அவற்றின் குரல்கள் ஒவ்வொன்றும் ஒரு விதமான ஒலிக்கும். ஆலமரம்தான் நமது இந்திய தேசிய மரமாகவும் அங்கீகரிக்கப்பட்டிருக்கிறது.

அகன்று பரவியிருக்கின்ற ஆலமரங்களின் குளிர்ச்சியான நிலப்பரப்புகளில்தான் முற்காலங்களில் பலவிதமான வணிகங்கள் நடைபெற்றன. அம்மரத்தின் நிழலில் நின்று நடத்தப்படுகின்ற வணிகங்களில், விற்கப்படுகின்ற பொருள்களின் தரத்திலும் அவற்றின் விலையிலும் பொய்ப்பித்தலாட்டங்கள் இருக்கக்கூடாது என்று வணிகர்கள் ஓர் அறக் கோட்பாட்டினைக் கொண்டிருந்தனர். ஆலமரத்தின் கீழே நடக்கின்ற வணிகத்தில் ஓர் அறம் இருக்கும் என்று அப்பொருள்களை வாங்குபவர்களும் நினைத்தார்கள். வட இந்தியாவில் ஆலமரங்களின் கீழ் (BANYAN TREE) பொருள்களைப் பரப்பிப் பெருமளவில் வணிகம் செய்தவர்களைத் தான் BANYA'S என்று ஆங்கிலேயர்கள் பதிவு செய்தனர். அந்த BANYA'க்கள்தான் இப்போது நமது தமிழில் "பனியாக்களாகி" நம்மைப் பேசவைத்துக் கொண்டிருக்கிறார்கள்.

பொதுவாக நமது கிராமப்புறங்களின் குளக்கரைகளில் அரசமரங்களும், கோயில் பகுதிகளில் வேப்பமரங்களும், ஏரிக்கரைகளில் பனைமரங்களும் சற்றுக் கூடுதலாக இருக்கும். ஆனால் மேற்குறிப்பிட்ட அனைத்து இடங்களிலும், இடுகாடுகளிலும் ஆலமரங்கள்தான் தழைத்தோங்கி வளர்ந்து நின்று கொண்டிருக்கும். ஆலமரங்கள் தொன்மையான நமது வாழ்க்கை முறைகளோடு பின்னிப் பிணைந்தவை, ஆலமரத்தின் பல இலைகளை ஈர்க்குச்சிகளால் இணைத்துத் தைத்து விருந்தினர்களுக்கு அவற்றில் விருந்து படைத்த காலம் மலையேறிவிட்டது. ஈர்க்குச்சிகளால் ஆலமரத்து இலைகள் இணைத்துத் தைக்கின்ற கைத்தொழில் நுட்பத்தை இன்றைய இளைய தலைமுறை அறிந்திருக்க வாய்ப்பில்லை.

அனைத்து மரங்களும் தன் வேர்களை ஊன்றிய இடத்திலேயே நின்று கொண்டிருக்கும். ஆலமரமோ தனது விழுதுகளை ஆங்காங்கே ஊன்றி மெல்ல மெல்ல நடந்து கொண்டேயிருக்கும். ஆலமரங்கள் நமது பூமியின் பெருமரங்களாகத் திகழ்கின்றன. ஒரு கிராமத்தின் நீர் நிலையில் இருக்கின்ற ஒரு பெரிய ஆலமரம், அந்த ஊருக்குப் பல்வேறு வகையில் பயன்படுகின்ற பல்வகைப் பயன்பாட்டுச் செல்வமாகத் திகழ்கிறது.

சிறுவர்களுக்கான ஊஞ்சல் விளையாட்டு, ஆடு மாடுகளுக்கும் மனிதர்களுக்குமான நிழல்பரப்பு, ஊரை ஒன்று கூட்டி நடத்தப்படுகின்ற பஞ்சாயத்து, பறவைகளுக்கான உணவு, அவற்றுக்கான இருப்பிடம் என்று ஆலமரங்களின் பயன்பாட்டுப் பட்டியலை நீட்டிக் கொண்டேயிருக்கலாம்.

ஆலமரத்தின் விழுகளைப் பற்றி ஊஞ்சலாடுவது என்பது வெறும் விளையாட்டு மட்டுமல்ல. அது அப்படி விளையாடுகின்ற பிள்ளைகளின் விரல்களுக்கான மிகச் சிறந்தததொரு பிடிமானப் பயிற்சி. தனது உடலின் மொத்த எடையைத் தனது விரல்களாலேயே தாங்கி கொண்டு

தங்களது உள்ளங்கைகளின் ரேகைகளே விழுதுகளுக்கு இடம்பெயர்ந்து ஒட்டிக் கொள்கிற மாதிரி இறுக்கிப் பிடித்துக் கொண்டால்தான் புறப்பட்ட இடத்திற்கு மீண்டும் திரும்பி வர முடியும். இல்லையென்றால் வழியிலேயே விழுந்து வழுக்கி விட்டுவிட்டதாக விழுதுகளின் மீது பழிபோட்டு அசடு வழிய வேண்டியிருக்கும்.

அப்படித்தான் நமது ஊரின் ஆலமர விழுதுகளைப் பற்றி விளையாடிக் கொண்டிருந்த நாம் எதன் எதன்பொருட்டோ அந்த விழுதுகளில் இருந்து வழுக்கிக் கொண்டே வந்து பெருநகரங்களின் நெருக்கடிகளில் விழுந்து கிடக்கிறோம். நாம் அப்படி விழுந்திக்கின்ற இடங்களில் நமது பிடிமானத்திற்கென்றும், நமது மகிழ்ச்சிக்கென்றும் எந்த விழுதும் தென்படவில்லை. ஓர் ஆலமரத்தின் விழுதைப் பற்றிப் பாய்ந்து அப்படியே அடுத்தவொரு ஆலமரத்தின் விழுதைப் பிடித்துப் பயணித்து, இயன்றால் இன்னொரு விழுதையும் பிடித்துச் சென்று அடுத்தக் கரையில் தரையிறங்கி நின்று நமது சிறுவர்கள் நெஞ்சை நிமிர்த்திய அந்தக் காலம் எங்கேயோ போய் மறைந்துவிட்டது.

பாக்குமரத் தொழிலாளர்கள் ஒரு மரத்தின் உச்சிக்குச் சென்றுவிட்டால் அடுத்தடுத்த மரங்களின் உச்சிக்கு அப்படித்தான் பயணிப்பார்கள். ஒரு முறை மரம் ஏறி ஒரு முறை தரையிறங்குகின்ற அவர்கள், நூறு மரங்களின் உச்சியில் தனது பணியினைச் செய்து முடித்திருப்பார்கள். அதேபோல வேளாண்மை என்பதும் ஒன்றையொன்று சார்ந்து இயங்கிப் பயன்களை விளைவிக்கின்ற பரவசமான ஓர் அனுபவமாகும். ஒரு கோடி ரூபாய் கொடுத்து வாங்கிய சொகுசுகள் நிறைந்தவொரு மகிழுந்தில் நான்குபேர் ஓர் இடத்தில் இருந்து இன்னொரு இடத்திற்குப் போய் வரமுடியும். அவ்வளவுதான் அதன் பயன்பாட்டு எல்லை. ஆனால் ஒரு விவசாய உழவு எந்திரம் ஏர் உழும், நீர் இரைக்கும், ஆலைக்குக் கரும்பைச் சுமந்து செல்லும், அங்கிருந்து வரும்போது உரமூடைகளை ஏற்றிக்கொண்டு

வரும், ஊர் மக்களையெல்லாம் ஏற்றிக் கொண்டு பக்கத்து ஊரின் திருவிழாவுக்குப் போகும், அங்கே யாருக்காவது அடிபட்டுவிட்டால் உடனடியாக அவர்களை தூக்கிச் சுமந்து கொண்டு நகரத்தின் மருத்துவமனைக்கு ஓடும், திருவிழாக் காலங்களில் தெய்வத்தை அலங்கரித்து தன்மீது அமர வைத்துக் கொண்டு தெருத் தெருவாகச் சுற்றிவரும்.

இப்படித்தான் வேளாண்மைத் தொழில்களும் ஒன்றையொன்று சார்ந்து இயங்கி உலகின் இயக்கத்தை அழகழகாக மாற்றிக் கொண்டிருக்கின்றன. அப்படி மாற்றுகின்ற அந்த வல்லமை வேளாண்மைத் தொழிலுக்கு மட்டுமே உண்டு.

தனது ஊரின் ஆலம் விழுதுகளில் தன்னுடைய உள்ளங்கைகளின் மிச்ச ரேகை இருப்பதாக லிங்குசாமி சொல்லியிருப்பது, நாம் அங்கு சென்று அவற்றை நம் உள்ளங்கைகளில் முறையாகப் பொருத்திக் கொண்டு மேன்மை பெற வேண்டும் என்று முன் வைக்கப்படுகின்ற ஒரு கோரிக்கையாகவே எனக்கு தெரிகிறது.

வெனிசுலா நாட்டின் வீதியோரங்களில், பல்வேறு மதிப்புகளைக் கொண்ட அந்நாட்டின் பணக்காகிதங்கள் இப்போது குப்பைகளைப் போல குவிந்து கிடக்கின்றன. அவை அந்நாட்டின் மக்களுக்கு எந்த வகையிலும் பயன்படவில்லை. ஏன் எனில் அதைக் கொடுத்துப் பொருள்களை வாங்குவதற்கு அந்நாட்டின் கடைகளில் எந்தப் பொருளும் இல்லை. பல்வேறு வகையான தொழிற் திட்டங்களுக்கு விலைபோனதால், அந்த நாட்டின் மண்பரப்பு விளையாமல் போய்விட்டது. இப்போது பஞ்சத்திலும், பசியிலும் அந்நாட்டு மக்கள் வதை பட்டுக் கொண்டிருக்கிறார்கள்.

தேசிய நெடுஞ்சாலையொன்றில் நாங்கள் பயணித்த வாகனத்தைக் குறுக்காக மறித்துக் கொண்டு திரும்பியது மிகப்பெரிய ஒரு வண்டி. "அடேயப்பா! பிருந்தா இவ்வளவு

பெரிய வண்டியா?" என்று பிருந்தா சாரதியிடம் கேட்டார் லிங்குசாமி. "ஆமாம் அது ஒரு கார் தயாரிப்பு நிறுவனத்தில் இருந்து பல நூற்றுக்கணக்கான கார்களை ஏற்றிக்கொண்டு துறைமுகத்துக்குப் போகிற வண்டி" என்று சொன்னார் பிருந்தா சாரதி. "அப்படியா? அப்படியானால் இப்போது வந்து திரும்பியது ஒரு வண்டி இல்லையா?" என்று பட்டெனக் கேட்டார் லிங்குசாமி.

நமது மருத நிலப்பரப்புகளில் எல்லாம் இப்போது இப்படிப்பட்ட பெரிய பெரிய வண்டிகள் வந்து திரும்பிக் கொண்டிருக்கின்றன. கரும்பும், நெல்லும் நிறைந்திருக்க வேண்டிய அவற்றில் இரும்பும் உலோகங்களும் நிரப்பப்பட்டிருக்கின்றன. எனக்கு இப்போது வெனிசுலா நாட்டின் கதி நினைவுக்கு வருகிறது. வெனிசுலாவின் நிலை நமது தமிழ்நாட்டுக்கு வராது என்று எவரும் உத்தரவாதம் தர முடியாது. ஏன் எனில், 2011ஆம் ஆண்டு முதல் 2015 ஆண்டு வரையிலான 5 ஆண்டுகளின் மட்டும் நமது தமிழ் நாட்டில் 2,423 விவசாயிகள் தற்கொலை செய்து கொண்டு மாண்டு போயினர்.

தமிழகம் முழுவதும் ஒரே நாளில் 12 விவசாயிகள் தற்கொலை செய்து கொண்டதும் இங்கேதான் நடந்தது. வாங்கிய கடனைக் கட்ட இயலாமல், கடன் கொடுத்தவர்களின் நெருக்கடிகளைத் தாங்க முடியாமல் தற்கொலை செய்து கொண்டும், திடீர் அதிர்ச்சிகளால் நேருகின்ற மாரடைப்பிலும், வானம் பொய்த்துப் போகின்ற விரத்தியில் மனம் ஒடிந்தும் மரணித்து அவர்கள் வேளாண் தொழிலைவிட்டு நிரந்தரமாகப் பிரிந்து விடுகின்றனர். காரணம், நாம் நமது விரல்கள் பற்றியிருந்த விழுதுகளை விட்டு விட்டும் அல்லது விற்று விட்டும் வேறு வேறு இடங்களுக்கு வந்து சேர்ந்து வேளாண்மைத் தொழிலை ஆதரவற்றவர்களின் தொழிலாக மாற்றி விட்டோம் என்பதுதான்.

தொழுங்குலத்தில் பிறந்தாலென்
சுடர்முடி மன்னவராகி
எழுங்குலத்தில் பிறந்தாலென்
இவர்க்குப்பின் வணிகரெனும்
செழுங்குலத்தில் பிறந்தாலென்
சிறப்புடைய ரானாலென்
உழுங்குலத்தில் பிறந்தோரே
உலகுய்யப் பிறந்தோரே!

என்கிறார் கவிப்பெருங்வேந்தர் கம்பர். உழுங்குலத்தில் பிறந்தவர்களே இந்த உலகைக் காப்பாற்றப் பிறந்தவர்கள் என்பதை மறந்து நாம் அவர்களை அழுங்குலத்து மனிதர்களாக மாற்றிக் கொண்டிருக்கிறோம். இந்த ஆபத்துக்கு விரைந்து ஒரு முடிவு கட்ட வேண்டும்.

உங்களின் உள்ளங்கைகளில் இல்லாமல் இருக்கின்ற, உங்கள் ஊரின் ஆலமர விழுதுகளில் பதிந்து இன்னமும் உங்களுக்காகக் காத்திருக்கின்ற உங்கள் கைகளின் ரேகைளைத் தேடிச் செல்வீர்களா நண்பர்களே? அப்படிச் செல்வீர்கள் என்றால் மட்டும்தான் நமது உழுங்குலம் இந்த உலகைத் தொடர்ந்து உய்விக்கும்!

●

14

தற்கொலை செய்து கொள்ள மனமில்லை
கிணற்றில்
நிலவைப் பார்த்தபிறகு

இந்த உலகில் நாம் ஏன் வாழக் கூடாது என்பதற்கு ஒவ்வொருவருக்கும் நூறு காரணங்கள் இருக்கலாம். ஆனால், வாழவேண்டும் என்பதற்கு இருக்கின்ற சில காரணங்கள் அந்த நூறு காரணங்களை விட வலிமையானவை.

விழப்போன கிணற்றில் நிலவும், மாட்டிக் கொள்ளப் பார்த்த மரத்தில் பறவைகளின் கூடுகளும், அருந்த எடுக்கிற நஞ்சினைக் கள்ளம் கபடமின்றித் தனக்கும் கேட்கிற குழந்தையும், பாய்ந்து மாயப் பார்க்கிற ரயிலில் பாதுகாப்பாக அமர்ந்து கொண்டு போகிற மனிதர்களுமாகக் காட்சியளித்து இவ்வுலகம் தற்கொலை உணர்வாளர்களைத் தள்ளி நிறுத்தித் திரும்பிப் போக வைக்கிறது.

வாழ வேண்டாம் என்பதற்கான ஒரு காரணம், முள்ளைப் போல முளைக்கும் போது, அதற்கு அருகிலேயே வாழவேண்டும் என்பதற்கான வேறு ஒரு காரணம், பூவைப் போல பூக்கிறது.

தாங்கள் செய்த தவறுகளுக்கும், தங்களுக்கு எதிராக மற்றவர்கள் செய்கின்ற தவறுகளுக்கும், தங்களது நம்பிக்கைகளுக்குச் செய்யப்பட்ட துரோகங்களுக்கும் தற்கொலையே தீர்வு என்கிற முடிவுக்கு வந்துவிடுகிறவர்கள் நமது சமூகத்தில் நிறையவே இருக்கிறார்கள். அவர்கள் தங்களது தற்கொலையின் வாயிலாகத் தங்களைச் சூழ்ந்தும்,

நம்பியும் வாழ்பவர்களுக்கு நேரடியாகவும் மறைமுகமாகவும் துரோகம் செய்கிறோம் என்பதை மறந்து விடுகிறார்கள்.

லிங்குசாமியின் இந்தக் கவிதையில், கிணற்றில் விழுந்திருக்கின்ற நிலவு தற்கொலை செய்து கொள்ளவில்லை. மாறாக ஒரு தற்கொலை உணர்வாளனைத் திருப்பியனுப்பியிருக்கிறது.

தற்கொலை என்பது சிக்கல்களுக்கான தீர்வாக ஒருபோதும் அமைவதில்லை. மேலும் அது புதிய பல சிக்கல்களின் தோற்றுவாயாகவே அமைகிறது. தற்கொலை செய்து கொள்பவர்கள் தாங்கள் செய்துவிட்டதாகக் கருதுகின்ற தவறுகளையும், தங்களது உறுதியற்ற மனத்தையும், எதையும் எதிர்கொள்ளும் வலிமையற்ற தங்களது அறிவுக்குறைவையும் சமூகத்திற்கு உறுதி செய்து விடுகிறார்கள்.

அனைவரையும் தற்கொலை செய்து கொள்ளத் தூண்டுகிற வகையில் அமைந்துவிட்ட நமது சமூக அமைப்பு முறையைக் கூர்ந்து கவனித்து மாற்றியமைக்க வேண்டியதே இன்றைய சமூக நலச் சிந்தனையாளர்களின் முதன்மையான கடமையாக இருக்கிறது. தங்களது பிறப்பின் பெருமைகளையுணர்ந்து தங்களது வாழ்க்கையைக் கொண்டாடி மகிழப் பிறந்தவர்கள், இனிமேல் வாழவேண்டாம் என்று முடிவெடுத்து விடுவது அவர்களது தவறுதான் என்று சொல்லி புரையோடி கிடக்கின்ற சமூகத்தின் புண்களை நாம் பார்க்கத் தவறிவிடக் கூடாது.

137 கோடிக்கும் மேல் மக்கள் அடர்ந்து வாழ்ந்து கொண்டிருக்கின்ற இன்றைய நமது நாட்டின் மக்களுக்குச் சராசரி வயது என்று வெறும் அறுபத்தைந்து வயதுதான் நிர்ணயம் செய்யப்பட்டிருக்கிறது. இந்த அறுபத்தைந்து வயதில் சராசரியாகப் பாதி வயதைக் கடந்த பின்னர்தான் சிலர் தற்கொலை முடிவுக்கு வருகின்றனர். அவர்களின் அந்த முடிவுக்கான காரணங்கள் வேறு வேறாக

அமைந்தாலும், முடிவு மட்டும் உயிரை இழப்பது என்கிற ஒரே முடிவாகத்தான் இருக்கிறது.

எதிர்பாராமல் நேருகின்ற மரணங்களால் வாழ்க்கை எப்போது, எந்த இடத்தில், எந்த வகையில் முடிவுக்கு வரும் என்பன போன்ற தகவல்கள், யாராலும் தெரிவிக்க முடியாத தகவல்களாக இருக்கும் நிலையில், வாழ்வதற்கான வாய்ப்புள்ள ஏறக்குறைய முப்பது ஆண்டுகளை வாழ்ந்து கடக்க விரும்பாதவர்கள் பரிதாபத்திற்கு உரியவர்கள்தான்.

கண்ணுக்கெட்டிய தூரம் வரைக்கும் பச்சைப் பசேல் என்று படர்ந்து கிடக்கின்ற பசுமைப் பயிர்களையும், வரிசை வரிசையாகப் பறந்து வந்து அவற்றில் அமருகின்ற பறவைகளையும், நீண்டு கிடக்கின்ற நெடுந்தொடர் மலைகளையும், அவற்றின் சரிவுப் பள்ளங்களில் படுத்திருக்கின்ற மேகங்களையும், கரைபுரண்டோடுகின்ற நதிகளையும், வனங்களையும், வன உயிரினங்களின் விதம் விதமான குரல் ஒலிகளையும், இவற்றுக்கெல்லாம் மேலாக எதிர்பாராமல் எதிரே தென்பட்டுச் சிரிக்கின்ற குழந்தைகளின் அழகழகான சிரிப்பு முகங்களையும் ஒரே நொடியில் நிராகரித்து, இதையெல்லாம் நினைத்துப் பார்க்கவும் முடியாமல், தங்களது உயிரைத் தொலைக்க நினைப்பவர்களின் மனநிலையை மிகவும் மேலோட்டமாக மதிப்பிட்டு அலுத்துக் கொள்ளக் கூடாதுதான்.

ஏனெனில் வெளியே சொல்ல முடியாத உங்களது துயரங்களை நாங்கள் கேட்கிறோம் சொல்லுங்கள் என்று கனிவோடு கேட்டுக் கொள்வதற்கான மனிதர்களைப் பெறாத, துயரங்களைச் சொல்லத் தொடங்கும் போதே புத்திமதிகளையும், உயிர்காக்க உதவாத அவநம்பிக்கைச் சொற்களையும் கொட்டிக் குவிக்கின்ற, உளவியல், தன்னம்பிக்கை, சமூகம், மாற்று வழி போன்றவை குறித்தெல்லாம் எதுவொன்றும் தெரியாத அறிவீனர்கள்

மிகுந்திருக்கின்ற சமுகத்தில் தற்கொலையாளர்கள் இயல்பாகவே பெருகிவிடுகின்றனர்.

தற்கொலை என்பது அந்தந்தச் சூழ்நிலைகளின் பொருட்டு அமைகின்ற ஒரு தற்காலிகமான மனநிலை. அந்த மனநிலையை அப்போது குறுக்கிட்டு மாற்றிவிட்டால் தற்கொலையாளர்களுக்கு அந்த எண்ணம் மறைந்துவிடும் என்று தெளிவுபடுத்துகின்ற உளவியல் வல்லுனர்கள், தங்களது அந்தக் கூற்றினைத் தக்கச் சான்றுகளுடன் மெய்ப்பித்தும் வருகின்றனர்.

தற்கொலையாளர்களின் மன நிலையில் நுட்பமாக நுழைந்து அவர்களது முடிவை மடை மாற்றம் செய்யவல்ல நேர்மறையாளர்கள் நமது சமூகத்தில் போதுமான அளவில் இல்லை. அதே வேளையில் எதிர்மறைக் கருத்துரையாளர்கள் பெருகிப் போயிருக்கின்றனர். இந்த எதிர்மறைக் கருத்துரையாளர்கள்தான், ஆண்டுதோறும் வெளியிடப்படுகின்ற பள்ளித்தேர்வு முடிவுகளின் போது நூற்றுக்கணக்கான மாணவச் செல்வங்களின் தற்கொலைகளுக்கான மறைமுகக் காரணங்களாக மாறிக் கொண்டிருக்கின்றனர். தேர்வில் தோற்று மனம் ஒடிந்து அழுகின்ற ஒரு பிள்ளையிடம் "அந்தத் தோல்விகளைத் தூக்கி இந்தக் குப்பைத் தொட்டியில் போட்டுவிட்டு அடுத்த வேலையை, அடுத்து ஆக வேண்டிய வேலையைப் பார் என்று சொல்லித் தட்டிக் கொடுத்து, தூக்கி நிறுத்தி அவர்களைத் தொடர்ந்து பயணிக்கச் செய்கின்ற அறிவாளுமை மிக்கவர்கள் நமது சமூகத்தில் மிகவும் குறைவாக இருக்கிறார்கள். அற்பர்களின் மிகுதியால் அல்லற்பட்டுக் கொண்டிருக்கிறோம் நாம்.

கருவில் இருப்பது ஆணா பெண்ணா என்று கண்டறிகின்ற முயற்சி தண்டனைக்குரிய குற்றமாக அறிவிக்கப்பட்டிருப்பதைப் போல, ஆண்டுத் தேர்வுகளின் போது மாணவர்களின் "மதிப்பெண் மோப்பம்"

பிடித்துக் கருத்துரையாற்றுவதும், பீதி கிளப்புவதும், அவநம்பிக்கையூட்டி மாணவர்களைத் தன்னம்பிக்கை இழக்கச் செய்வதும் கூட குற்றம் தான் என்று சட்டம் கொண்டு வரப்பட்டால்கூட நல்லது என்று நமக்குத் தோன்றுகிறது.

ஒரு மனிதன் முதிர்ந்து கனிந்த தனது வாழ்வின் கடைசிக் கட்டங்களில் இப்படி ஒரு கணக்குப் போட்டுப் பார்க்க வேண்டும்.

இதுவரையிலான எனது வாழ்நாளில் எனது இந்தக் கால்கள் பூமிப் பெருவெளியில் எத்தனைக் கிலோமீட்டர் தூரம் நடந்து கடந்திருக்கின்றன?

எனது இந்தக் கைகள் எந்த அளவுக்கு உழைத்திருக்கின்றன, மற்றவர்களுக்கு உதவியிருக்கின்றன, மற்றவர்களைத் தட்டிக் கொடுத்திருக்கின்றன?

எனது இந்தக் கண்கள் பூமிப்பெருவெளியெங்கும் பார்த்துப் பரவசப்பட்ட எழில் மிக்க இடங்கள் எவ்வளவு தேறும்?

எனது இந்தக் காதுகள் இயற்கையின் ஒலிகளையும், இனிய இசைக் கோவைகளையும், வாழ்வியலுக்கான பாடல்களையும் எந்த அளவுக்குக் கேட்டு மகிழ்ந்திருக்கும்?

எனது இந்தச் சொற்கள் எந்த அளவுக்கு மற்றவர்களுக்கான நம்பிக்கைகளாகவும், ஆறுதல்களாகவும், அவசியமானவையாகவும், விரும்பிக் கேட்கத் தக்கவையாகவும் இருந்திருக்கின்றன?

எனது இந்த நாக்கு எந்த அளவுக்கு தரமான உணவுகளை பற்களின் உதவியோடு சுவைத்து மகிழ்ந்திருக்கிறது?

எனது வயிற்றின் செரிமான உறுப்புகளுக்கு எந்த அளவுக்கு, என் உணவுப் பழக்கங்கள் உதவிகரமானதாக இருந்திருக்கின்றன?

என் மரபின் தலைமுறைத் தொடர்ச்சியை மகத்துவம் மிக்கதாக உருவாக்கி வளர்த்திருப்பதில் நான் எந்த அளவுக்கு வெற்றி பெற்றிருக்கிறேன்?

இவற்றுக்கெல்லாம் மேலாக, நான் உயிரற்ற உடலாகக் கிடத்தப்பட்டிருக்கும் போதும், அதன் மறைவுக்குப் பிறகும் என் வாழ்வின் அனைத்துக் கூறுகளின் மீதான மற்றவர்களின் விமர்சனங்களில் நான் எந்த இடத்தில் நிறுத்தப்பட்டிருப்பேன்?

என்றெல்லாம் ஒரு கணக்குப் போட்டுப் பார்த்தால் அவரவர் வாழ்ந்த வாழ்வின் உயர்வு அவர்களுக்குத் தெரிந்து போய்விடும். மேற்குறிப்பிட்ட பட்டியலில் அனைத்து விதங்களிலும் வெற்றிகரமான மதிப்பெண்களைப் பெற்றுவிட்ட ஒருவர் தன் மறைவிற்குப் பிறகும் அனைவருக்குமான பாடப் புத்தகமாக விரிகின்ற தகுதியைப் பெறுகிறார்.

கிணற்றில் நிலவைப் பார்த்து விட்டு தற்கொலை செய்து கொள்ள மனமின்றி திரும்பி வருகின்ற நாகரிக மனநிலையைக் கொண்டிருக்கின்ற அனைவருமே மேற்குறிப்பிட்டக் கேள்விகளில் கணிசமான விடைகளைப் பெற்றவர்களாக இருப்பார்கள்.

இப்படிப்பட்ட வினாக்களுக்குப் பிற்காலத்தில் நிறைய மதிப்பெண்களை வாங்கவேண்டும் என்கிற அறக்கோட்பாட்டில் வளர்க்கப்படுகின்ற வளரிளம் பருவத்துப் பிள்ளைகள், நிலவைப்பார்த்து ரசிக்கமட்டுமே நீர் நிலைகளின் பக்கம் போவார்கள்.

வெள்ளத்து அனையது மலர்நீட்டம் மாந்தர்தம்
உள்ளத்து அனையது உயர்வு

(குறள்)

15

இன்று நான் காக்கைக்கு விசிறிய அரிசி பாரதி விதைத்தது

மனித குலத்தின் வாழ்க்கையும், வரலாறுமாக இன்றளவும் நீண்டுகொண்டிருப்பது, நாளையும் நீள இருப்பது சுடர்களை ஏந்திய இடையறாத அதன் தொடர் ஓட்டம்தான்.

புயலிலும், மழையிலும், எதிர்ப்பிலும், பகடியிலும் மனம் சோர்ந்து போகாமல் சிந்தனையாளர்கள் தங்களது மண்ணுக்கும் மக்களுக்குமான சுடர்களை ஏற்றுகிறார்கள். அவற்றைப் பாதுகாத்து வளர்த்துத் தங்களுக்கு அடுத்தத் தலைமுறையிடம் ஒப்படைக்கிறார்கள்.

சுடர்களை ஏற்றியவர்களும், அவற்றைத் தங்களது கரங்களில் ஏந்திப் பயணித்தவர்களும் கால வெள்ளத்தில் மறைந்து போகிறார்கள். ஆனால் ஏற்றப்பட்டு, ஏந்திக்கொள்ளப்பட்ட அந்தச் சுடர்கள் மட்டும் மறைவதேயில்லை. அவை மனித குலத்தின் தலைமுறைகளின் மீது இடையறாமல் ஒளி வீசியபடி பயணித்துக் கொண்டேயிருக்கின்றன.

அறச்சுடர், அறிவியல் சுடர், ஆன்மிகச் சுடர் என்றெல்லாம் எத்தனையோ கூறுகளில் நம் முன்னோர்கள் ஏற்றி வைத்த சுடர்களின் வெளிச்சத்தில்தான் இப்போதும் நாம் பயணித்துக் கொண்டிருக்கிறோம், அந்தச் சுடர்களின் ஒளியைக் கூட்டிக் கொண்டிருக்கிறோம்.

மனித குலத்தின் மேன்மைகளுக்காக ஏற்றப்பட்ட அனைத்து வகையான சுடர்களில் இருந்தும் வேறுபட்டது, உயர்வானது, எதுவென்றால் அது அறம் உரைக்கின்ற இலக்கியச் சுடர்தான். உலக அளவில் அற இலக்கியங்களின் வெளிச்சமே அனைவருக்குமானதாக ஏற்றுக் கொள்ளப்பட்டிருக்கிறது.

மண்ணின் மீதும் மானுடத்தின் மீதும் மாறாத நேசம் கொண்டிருக்கின்ற இலக்கியங்கள் எந்த மொழியில் படைக்கப்பட்டிருந்தாலும் அவை பறவைகள் இடம் பெயர்வதைப்போல, மொழி பெயர்ந்து மொழி பெயர்ந்து புதிய புதிய மரங்களின் கிளைகளில் அமர்ந்து பாடத் தொடங்குகின்றன.

விதைத்தவர்கள் உறங்கலாம் ஆனால் அவர்கள் விதைத்த விதைகள் உறங்குவதில்லை என்பது தாவரங்களின் விதைகளுக்கு மட்டுமல்ல, மானுடமேன்மைகளுக்கான தத்துவ விதைகளுக்கும் பொருந்தும்.

ஒரு படைப்பு ஓர் எழுத்தாளரின் சிந்தனையளவிலேயே இருக்கின்ற வரை, அந்தப் படைப்பானது தன்னைப் படைக்கவிருக்கின்ற அந்த எழுத்தாளரை நம்பியிருக்கிறது. ஆனால், அது படைக்கப்பட்டவுடன் அந்த எழுத்தாளர் தான் படைத்த அந்தப் படைப்பை நம்பியிருக்க வேண்டியவராக மாறுகிறார். ஏனெனில் அந்தப் படைப்புதான் அவர் வாழும் போது மட்டுமின்றி அவர் மறைந்த பிறகும் அவரது பெயர் விளங்கக் காரணமாகிறது. அதனால்தான் தன் பெயர் விளங்குகின்ற வகையில் ஓர் எழுத்தாளர் அறம் சார்ந்தும், தரம் சார்ந்தும் படைத்தளிக்க வேண்டியவராகிறார்.

நெடிய நமது தமிழ்மரபில், பல்வேறு காலக்கட்டங்களில் தோன்றிய அறிஞர்களும், ஞானிகளும், புலவர்களும், கவிஞர்களும் தங்களது படைப்புகளை அப்படித்தான் நமக்கு அளித்துவிட்டுப் போயிருக்கிறார்கள்.

உலகின் எந்த மொழியாக இருந்தாலும் அவற்றில் படைக்கின்ற எழுத்தாளர்கள் இரண்டு வகையினராக இருக்கின்றனர். தங்களது எழுத்துகளைப் படிக்கின்ற வாசகர்களின் வாழ்க்கையை எடுத்துக் கொள்கிறவர்கள், அவர்களது நேரத்தை எடுத்துக் கொள்கிறவர்கள் என்பதே அந்த இரண்டு வகை.

தமிழின் மரபில் காலந்தோறும் எழுதிப்படைத்தவர்களில், படிப்பவர்களின் வாழ்க்கையை எடுத்துக் கொண்ட படைப்பாளிகள் நிறைய உள்ளனர். அவர்களில் ஒருவராக தனது வீரியமான படைப்புகளால், அறச் செறிவுமிக்கத் தனது கவிதைகளால் படிக்கின்ற ஒவ்வொருவரின் வாழ்க்கையையும் எடுத்துக் கொண்ட, இன்னமும் எடுத்துக் கொண்டிருக்கின்ற வல்லமை நமது மண்ணின் மகாகவி பாரதிக்கு உண்டு. அப்படி அவரால் முழுமையாக எடுத்துக் கொள்ளப்பட்டவர்களில் லிங்குசாமியும் ஒருவர். அதனால்தான், இன்று நான் காக்கைக்கு விசிறிய அரிசி பாரதி விதைத்தது என்றெழுதுகிறார் லிங்குசாமி.

அப்போதைக்குத் தேவையாக இருந்த நமது இந்திய மண் விடுதலைக்கும், இம்மண்ணில் இரண்டாம் நிலையினராக நடத்தப்படுகின்ற பெண் இனத்தின் விடுதலைக்கும், ஒவ்வொரு மனிதனுக்கும் கிடைக்க வேண்டிய அவரவர் மன விடுதலைக்குமாக பாரதி மிகவும் உக்கிரமாக எழுதினார். வீரியம் மிக்க அவரது படைப்புகளின் வாயிலாகப் படைப்பாளிகள் பல நூற்றுக்கணக்கில் விளைந்தனர். விளைந்து கொண்டும் இருக்கின்றனர்.

தனது படைப்புகளாகப் பாரதி முன் மொழிந்தவற்றில், மிகப்பெரும்பாலானவை வழி மொழியத்தக்கவையாக மாறி, அவருக்குப் பிறகான தலைமுறைகள் தோறும் வழிமொழியப்பட்டும் வருகின்றன. இதுவே அவரது படைப்பாளுமையின் தனிப்பெருஞ் சிறப்பாகும்.

வள்ளுவரையும், இளங்கோவடிகளையும், கம்பரையும் வியந்து வியந்து முன் வைத்த பாரதி இம்மூவரின் ஒற்றைக் குரலாக தனது படைப்புகளின் வாயிலாக வெளிப்பட்டார். எனவேதான் பெருமளவில் அவரது கவிதைகள், நாட்டின் வளர்ச்சியை நோக்கிய அனைத்துத் துறைகளுக்குமான மேற்கோள்களாகக் காட்டப்பட்டுக் கொண்டிருக்கின்றன.

அறவயப்பட்ட, அறச்சீற்றம் மிக்க, மகாகவி பாரதி தான் வாழ்ந்த காலத்தில் விடுதலையை வலியுறுத்திப் போராடிய தமிழ்ச் சமூகத்தின் முகமாகவும் விளங்கினார். அதனால்தான் ஆங்கிலேயர்கள் அவரை விரட்டி விரட்டி வேட்டையாட முனைந்தனர். உலக அளவில் நமது மகாகவி பாரதியைப் போன்ற பல விடுதலைக் கவிஞர்களின் குரல் அனைத்துவிதமான ஆக்கிரமிப்புகளுக்கும், அடக்குமுறைகளுக்கும், அதிகார மிரட்டல்களுக்கும் எதிராகவே ஒலித்தன. ஒலித்துக் கொண்டும் இருக்கின்றன.

தனது நைஜீரிய மக்களின் உரிமைகளையும், தனது நைஜீரிய மண்ணின் வளமைகளையும், பாதுகாக்க மக்களைத் திரட்டிப் போராடிய ஒரு பெரும் போராளியாக வாழ்ந்தவர் நைஜீரியக் கவிஞர் கென் சரோ விவா.

வளமான தனது மண்ணின் வேளாண்மைத் தொழிலை அழித்து விளைநிலங்களையெல்லாம் எண்ணெய் வயல்களாக மாற்றித் துரப்பணம் போட்டு போட்டு உறிஞ்சிக் கொண்டிருந்த பன்னாட்டு நிறுவனமான ராயல் டச்ஷெல் நிறுவனத்திற்கு எதிராகத் தனது மக்களைத் திரட்டி மிகக் கடுமையாக அவர் போராடினார். 1952ஆம் ஆண்டு முதல் நைஜீரியாவை உறிஞ்சிக் கொழுத்துக் கொண்டிருந்த அந்நிறுவனத்துக்கு எதிராக மிகவும் வலிமையானதொரு நாயகனாக மாறிப் போராடினார் கவிஞர் கென் சரோ விவா. அதனால் அவர்மீதும் அவரது ஆதரவாளர்கள் மீதும் மிகக் கடுமையான

அடக்குமுறைகளை ஏவி அவரைக் கைது செய்தது நைஜீரிய அரசு. "கவிஞர் கென் சரோ விவாவை கைது செய்திருப்பது நைஜர் பகுதியின் மனசாட்சியைச் சிறைப்படுத்தியது போன்றது" என்று சர்வதேச மனித உரிமை அமைப்பான ஆம்னஸ்டி இண்டர்நேஷனல் அப்போது கண்டித்தது. என்றாலும் கூட நைஜீரிய ராணுவ அரசு அதற்கெல்லாம் அஞ்சவில்லை. 1995ஆம் ஆண்டு நவம்பர் 10ஆம் நாள் கவிஞரின் போராளித் தோழர்கள் 8 பேருடன் சேர்த்துக் கவிஞர் கென் சரோ விவா தூக்கிலிடப்பட்டார். அவரின் சடலம் கூட அவரது உறவினர்களிடம் ஒப்படைக்கப்படவில்லை "நமது நிலத்தைக் காக்கும் இந்தப் போராட்டத்தில் ஒன்று நாம் வென்றாக வேண்டும். அல்லது நாம் கொல்லப்படுவோம். ஏனென்றால் தப்பித்து ஓடுவதற்கு நமக்கு இடமில்லை" என்று தான் வாழும் காலத்திலேயே சொன்னார், கவிஞர் கென் சரோ விவா. அவர் சொன்ன இரண்டில் ஒன்று நடந்துவிட்டது.

நைஜீரியாவின் நைஜர் பகுதியில் ராயல் டச்ஷெல் எண்ணெய்த் துரப்பணக் கிணறுகளால் பெருமளவில் பாதிக்கப்பட்ட ஓகோனி பழங்குடி மக்களின் தலைவராக இருந்து கவிஞர் கென் சரோ விவா 1990ஆம் ஆண்டு தோற்றுவித்த 'ஓ கோனி பழங்குடிகள் வாழ்வுரிமை இயக்கம்' எனும் அமைப்பை இப்போது அவரது மகனும், சகோதரரும் முன்னெடுத்து நடத்திப் போராடிக் கொண்டிருக்கிறார்கள். "நான் சிறையில் இருந்தாலும், கொல்லப்பட்டு இறந்தாலும் என் கொள்கைகள் சாகாது" என்று அவர் சொன்னது போலவே அவரது கொள்கைகள் இன்றளவும் அம்மண்ணில் உயிர்த்திருக்கின்றன. அடக்குமுறைகளுக்கும், ஆக்கிரமிப்புகளுக்கும் எதிரான வீரியம் மிக்கத் தனது கவிதைகளின் வாயிலாக இன்றளவும் வாழ்ந்து கொண்டிருக்கிறார், கவிஞர் கென் சரோ விவா.

இந்தியாவில் கடந்த 2006ஆம் ஆண்டு மகாராஷ்டிரா மாநிலம் புனே நகரில், குழந்தையொன்றை கொலை

செய்த வழக்கில் மரண தண்டனை விதிக்கப்பட்ட தியானேஷ்வர் சுரேஷ் பார்க்கர் என்ற குற்றவாளிக்கு கடந்த 3.3.2019ஆம் நாள் ஆயுள் தண்டனைக் கைதியாக தண்டனைக் குறைப்பு செய்தது இந்திய உச்ச நீதிமன்றம். அதற்குக் காரணமாக அமைந்தது அந்தக் குற்றவாளி சிறைப்பட்டிருந்த 18 ஆண்டுகளில் அவர் எழுதிய சமூகச் சீர்த்திருத்தக் கவிதைகள்தான். அவர் எழுதிய அந்தக் கவிதைகளைப் படித்த உச்ச நீதிமன்ற நீதிபதிகள், "இந்தக் குற்றவாளி தான் செய்த தவற்றை உணர்ந்து திருந்திய ஒரு மனிதனாக மாறியிருக்கிறார் என்பதை அவர் எழுதிய சீர்த்திருத்தக் கவிதைகளின் வாயிலாக அறிந்து கொள்ள முடிகிறது. அவரது நன்னடத்தையும் கணக்கில் எடுத்துக் கொள்ளப்பட்டு அவரை மரண தண்டனையில் இருந்து விடுவிக்கிறோம்." என்று தீர்ப்பளித்தனர்.

கவிதை எழுதியதற்காக ஓர் இராணுவ அரசினால் கொல்லப்பட்டவர் கவிஞர் கென் சரோ விவா. கவிஞராக மாறியதால் நமது உச்ச நீதிமன்ற நீதிபதிகளால் காப்பாற்றப்பட்டவர் தியானேஷ்வர் சுரேஷ் பார்க்கர். கவிதைகள் ஏதோ ஒரு வகையில் தீர்ப்புகளுக்கான வலுவான காரணங்களாக அமைகின்றன.

பெருந்தலைவர் காமராஜர் முதலமைச்சராக இருந்த காலத்தில் கிருஷ்ணகிரிக்கு அருகில் உள்ள மேகல சின்னம்பள்ளி என்ற கிராமத்தில் கட்டப்பட்டிருந்த உயர் நிலைப்பள்ளிக் கட்டடத்தைத் திறந்துவைக்க வந்திருந்தார். அப்போது அவரை வரவேற்றுப் பாராட்டி (கடந்த 2017 ஆம் ஆண்டு தனது 96 ஆம் அகவையில் இயற்கை எய்திய) கவிஞர் பெருமாள்ராசு அவர்கள் கவிதையொன்றை வாசித்தபோது, அரை மனதோடு அதைக் கேட்டுக் கொண்டிருந்த காமராஜர் தான் பேசும்போது,

"கவிதை ரொம்ப நல்லா இருந்தது. ஒரு முதலமைச்சர் என்றால் எல்லோரும் பாராட்டி எழுதுவாங்க. நான்

சொல்ல நினைக்கிறது என்னண்ணா இந்தக் கிராமத்திலே ஒரு தோட்டி வருஷம் பூராவும் நல்லா தெருவெல்லாம் பெருக்கிச் சுத்தப்படுத்தினார்னு அவரைப் பத்தி எழுதுங்க.

இங்கே ஒரு தையல்காரர் வருஷம் பூராவும் நல்லா சுத்தமா தைச்சிக் குடுத்தார்னு அவரைப் பத்தி ஒரு நல்ல கவி எழுதுங்க.

ஒரு செட்டியார் வருஷம் பூராவும் கலப்படம் இல்லாம் நல்லா வியாபாரம் செஞ்சாரு அப்படீன்னு அவரப்பத்தி ஒரு கவிதை எழுதுங்க. ஏன்னா இவங்களப் பத்தியெல்லாம் யாரும் கவலைப்பட மாட்டாங்க. அரசாங்கமும் கவலைப்படாது. நீங்க அவங்களைப் பத்தி எழுதுனா அவங்க சந்தோசப்படுவாங்க. அவங்களை ஒரு மாலை போட்டுப் பாராட்டுங்க. அதைப் பார்த்து மத்தவங்களும் அவங்களுக்கு நல்லது செய்ய ஆசைப்படுவாங்க" என்று சொன்னாராம்.

எழுதப்படுகின்ற கவிதைகள் யார் யாருக்கானதாக இருக்க வேண்டும் என்பதில் பெருந்தலைவர் காமராஜருக்கு இருந்த தெளிவு நம்மை வியக்க வைக்கிறது.

அவர் அப்படிச் சொன்னதற்கு ஐம்பது ஆண்டுகளுக்கு முன்பாகவே, அவர் அப்படிச் சொன்னதற்கு ஒரு படி மேலாகவே,

ஆடுவோமே - பள்ளுப் பாடுவோமே
ஆனந்த சுதந்திரம் அடைந்து விட்டோ மென்று (ஆடு)

பார்ப்பானை ஐயரென்ற காலமும் போச்சே - வெள்ளைப்
பரங்கியைத் துரையென்ற காலமும் போச்சே - பிச்சை
ஏற்பாரைப் பணிகின்ற காலமும் போச்சே - நம்மை
ஏய்ப்போருக் கேவல்செய்யும் காலமும் போச்சே - (ஆடு)

எங்கும் சுதந்திரம் என்பதே பேச்சு - நாம்
எல்லோரும் சமமென்பது உறுதியாச்சு
சங்கு கொண்டே வெற்றி ஊதுவோமே - இதைத்
தரணிக்கெல் லாமெடுத்து ஓதுவோமே. - (ஆடு)

எல்லோரும் ஒன்றென்னும் காலம் வந்ததே - பொய்யும்
ஏமாற்றும் தொலைகின்ற காலம் வந்ததே - இனி
நல்லோர் பெரியரென்னும் காலம் வந்ததே - கெட்ட
நயவஞ்சக் காரருக்கு நாசம் வந்ததே. - (ஆடு)

உழவுக்கும் தொழிலுக்கும் வந்தனை செய்வோம் - வீணில்
உண்டுகளித் திருப்போரை நிந்தனை செய்வோம்.
விழலுக்கு நீர்பாய்ச்சி மாய மாட்டோம் - வெறும்
வீணருக்கு உழைத்துடலம் ஓய மாட்டோம். -, (ஆடு)

நாமிருக்கும் நாடு நமதுஎன்ப தறிந்தோம் - இது
நமக்கே உரிமையாம் என்ப தறிந்தோம் - இந்தப்
பூமியில் எவர்க்கும்இனி அடிமை செய்யோம் - பரி
பூரணனுக் கேயடிமை செய்து வாழ்வோம். - (ஆடு)

என்றெல்லாம் எழுதி நம்மைச் சிலிர்க்க வைக்கிறார் மகாகவி பாரதி.

அந்த மகாகவியின் கவிதைகளில் இருந்து விதவிதமாய் விதையெடுத்து, அவற்றை விளைய வைத்துப் பறவையினங்களுக்கெல்லாம் பெருவிருந்து படையுங்கள் லிங்குசாமி.

நீங்களும், நிகழ்காலத்தில் உங்களைப்போல வீரியமாக எழுதிக்கொண்டிருக்கின்ற உங்களின் சக படைப்பாளிகளும் அவ்வாறு செய்யும்போது,

வானத்திலிருந்து விதைகளாக விழுந்து, மண்ணிலிருந்து விருட்சங்களாக எழுந்து கொண்டேயிருப்பார் நமது மகாகவி பாரதி.

●